திறவுகோல்

நீங்கள் விரும்பிய வாழ்க்கைக்கு

முனைவர் க. இராசேந்திரன்

முன்னுரை

"திறவுகோல் நீங்கள் விரும்பிய வாழ்க்கைக்கு" என்ற இந்தப் புத்தகத்தின் நோக்கம், உங்கள் முக்கிய மதிப்புகளைக் கண்டறிந்து அதன் மூலம் நீங்கள் நல்வாழ்வு வாழ உதவுவதாகும். உங்கள் மதிப்புகளை அடையாளம் காண்பதன் மூலம், உங்கள் செயல்கள் மற்றும் நடத்தைகளை உங்கள் உண்மையான சுயத்துடன் நிறைவான வாழ்க்கையை உருவாக்கலாம்.

இந்தப் புத்தகத்தில், உங்கள் முக்கிய மதிப்புகளைக் கண்டறிய உதவும் பல்வேறு பயிற்சிகள், மற்றும் உத்திகளைக் காணலாம். நம் வாழ்வில் மதிப்புகளின் முக்கியத்துவத்தைப் பற்றியும், அவை எவ்வாறு நமது உறவுகள், நமது தொழில் மற்றும் நமது ஒட்டுமொத்த நல்வாழ்வை வடிவமைக்கின்றன என்பதைப் பற்றியும் நீங்கள் அறிந்து கொள்வீர்கள். தனிப்பட்ட வளர்ச்சி, உறவுகள், வேலை மற்றும் ஆன்மீகம் போன்ற வாழ்க்கையின் வெவ்வேறு களங்களை நீங்கள் ஆராய்வீர்கள், இந்த புத்தகத்தை திறந்த மனதுடன், ஆர்வமுடன் மற்றும் உங்கள் உண்மையான விருப்பத்துடன் அணுகுவது சிறப்பை கொடுக்கும். இந்த புத்தகம் உங்களை நீங்கள் விரும்பிய மகிழ்ச்சியான வாழ்க்கைக்கு வழிகாட்டட்டும்.

முனைவர் க. இராசேந்திரன்

அறிமுகம்

"திறவுகோல் நீங்கள் விரும்பிய வாழ்க்கைக்கு" என்பது உங்கள் மதிப்புகள் மற்றும் இலக்குகளுடன் ஒத்துப்போகும் வாழ்க்கையை வடிவமைப்பதற்கான விரிவான வழிகாட்டியாகும். முக்கிய மதிப்புகளை நிர்வகித்தல் முதல் கல்வி மற்றும் பெற்றோர், உடல்நலம் மற்றும் செல்வம் மற்றும் உலகளாவிய பொறுப்பு வரை இது பரந்த அளவிலான தலைப்புகளை உள்ளடக்கியது.

பகுதி 1, **"முக்கிய மதிப்புகளை வெளிக்கொணருதல்"**, உங்கள் மதிப்புகளை அடையாளம் காண்பதன் முக்கியத்துவத்தையும் அவற்றை எவ்வாறு திறம்பட நிர்வகிப்பது என்பதையும் ஆராய்கிறது. உங்கள் மதிப்புகளுக்கு முன்னுரிமை அளிப்பது மற்றும் உங்கள் வாழ்க்கை இலக்குகளுடன் அவற்றை எவ்வாறு சீரமைப்பது என்பது குறித்த நடைமுறை ஆலோசனைகள் இதில் அடங்கும்.

பகுதி 2, "விரும்பிய வாழ்க்கையை வடிவமைத்தல்", உங்கள் மதிப்புகள் மற்றும் இலக்குகளுடன் ஒத்துப்போகும் விரும்பிய வாழ்க்கையை வடிவமைப்பதில் கவனம் செலுத்துகிறது. பார்வைப் பலகையை எவ்வாறு உருவாக்குவது, இலக்குகளை நிர்ணயிப்பது மற்றும் நீங்கள் விரும்பிய வாழ்க்கை

முறையை அடைவதற்கான சாலை வரைபடத்தை எவ்வாறு உருவாக்குவது என்பதற்கான நடைமுறை ஆலோசனைகள் இதில் அடங்கும்.

பகுதி 3, "எளிமைப்படுத்துதலைக் குறிக்கிறது", எளிமையான வாழ்க்கை வாழ்வதன் முக்கியத்துவத்தைப் பற்றியும், அது தனிப்பட்ட வளர்ச்சி மற்றும் நிதிச் சுதந்திரத்திற்கு எவ்வாறு பங்களிக்கும் என்பதைப் பற்றியும் விவாதிக்கிறது. ஒருவரின் வாழ்க்கையை எளிமைப்படுத்துவது எப்படி அதிக மகிழ்ச்சி மற்றும் மனஅமைதிக்கு வழிவகுத்தது என்பதற்கான தனிப்பட்ட கதைகள் இதில் அடங்கும்.

பகுதி 4, "கல்வி மற்றும் குழந்தை வளர்ப்பு", கல்வியின் நன்மைகள், மூளை வளர்ச்சி மற்றும் பெற்றோருக்கு செய்ய வேண்டியவை மற்றும் செய்யக்கூடாதவை ஆகியவற்றை உள்ளடக்கியது. குழந்தைகள் முக்கிய மதிப்புகளை வளர்த்து, அவர்களின் வாழ்க்கை இலக்குகளை அடைய உதவுவதில் கல்வி மற்றும் பெற்றோரின் பங்கை இது வலியுறுத்துகிறது.

பகுதி 5, "ஆரோக்கியம் மற்றும் செல்வம்", நல்ல உடல் மற்றும் மன ஆரோக்கியத்தைப் பேணுவதற்கும், நிதிச் சுதந்திரத்தை அடைய நடைமுறை ஆலோசனைகளை வழங்குகிறது.

ஒட்டுமொத்தமாக, "திறவுகோல் நீங்கள் விரும்பிய வாழ்க்கைக்கு" ஆனது. இது உங்கள் மதிப்புகள் மற்றும் இலக்குகளுடன் ஒத்துப்போகும் வாழ்க்கையை வடிவமைப்பதற்கான நடைமுறை புத்தகம்.

திறவுகோல்

நீங்கள் விரும்பிய வாழ்க்கைக்கு

நீ தனித்துவமாக பிறந்தாய்,
நகலெடுத்து இறக்காதே

திறவுகோல்

நீங்கள் விரும்பிய வாழ்க்கைக்கு

எல்லோரும் பயணிக்கிறார்கள்
என்று நீயும் பின்தொடராதே
உனக்கான பாதையை

நீயே தேர்ந்தெடு...

தேவைகளுக்கான தேடலும்,
மாற்றத்திற்கான முயற்சியும்,
வாழ்க்கைக்கான மகிழ்ச்சியும்,
உன்னால் மட்டுமே உன் வாழ்க்கைக்கு
உருவாக்க முடியும்...

1. முக்கிய மதிப்புகளை வெளிக்கொணருதல்

முக்கிய கேள்வி என்னவென்றால், திறவுகோலை நாம் எங்கே வைத்திருக்க வேண்டும்?"

பயன்பாட்டிற்கு பொருத்தமான இடத்தில் வைக்கப்படும் போது திறவுகோல் அதன் சக்தியைப் பெறுகிறது. ஒரு திறவுகோல் பூட்டுதல் அல்லது திறக்கும் வேலையைச் செய்ய வேண்டும். பொருத்தமான, சரியான இடத்தில் கிடைக்கும்போது, திறவுகோல் அதன் வேலையைச் செய்கிறது. பூட்டிய பகுதிக்குள் அல்லது தெரியாத இடத்தில் திறவுகோலை பாதுகாப்பாக வைத்திருந்தால், அது அதன் செயல்பாட்டைச் செய்ய முடியாது மற்றும் பயனற்றதாகிவிடும். நீங்கள் அதை ஒரு திறவுகோல் என்று அழைக்கலாம், ஆனால் அது தனது வேலையைச் செய்யாதபோது அது இரும்பாக மாறும்.

"பணம் மகிழ்ச்சிக்கான திறவுகோல் அல்ல என்று மக்கள் கூறுகிறார்கள், ஆனால் உங்களிடம் போதுமான பணம் இருந்தால், நீங்கள் ஒரு திறவுகோலை உருவாக்கலாம் என்று நான் எப்போதும் நினைத்தேன்." - ஜோன் நதிகள்

அதே வழியில், பணத்திற்கு அதன் சொந்த கேள்வி உள்ளது: "பணத்தை நாம் எங்கே வைத்திருக்க வேண்டும்?"

பணம் வாங்குவது, விற்பது அல்லது வங்கி அல்லது பங்கு வனிகம் போன்ற சில வகையான செயல்களில் ஈடுபடுவது

போன்ற வேலையைச் செய்வது. அது இரத்தம் போல சுழல வேண்டும். பணம் எந்த வேலையையும் செய்யவில்லை என்றால், அது வெறும் காகிதமாக மாறி, உண்மையான பொருளாதார அர்த்தத்தில் வெறும் காகிதமாக, "பணம்" என்ற தலைப்பை இழக்கிறது. பணத்தை பாதுகாப்பு பெட்டகத்துக்குள் பாதுகாப்பாக வைத்திருந்தாலோ அல்லது அதன் வேலையைச் செய்யப் பயன்படுத்த இல்லை எனில், "பணம்" என்ற தலைப்புடன் அர்த்தமற்ற காகிதமாக மாறும்.

ஒரு நபரின் பார்வை மற்றும் வாழ்க்கை சூழ்நிலையைப் பொறுத்து பணத்தின் அர்த்தம் மாறுபடும். பணத்தின் சில பொதுவான அர்த்தங்கள் இங்கே:

பொருட்கள் மற்றும் சேவைகளுக்கான நாணயம் பணத்தின் அடிப்படை அர்த்தங்களில் ஒன்று மற்றும் சேவைகளுக்கான பரிமாற்ற வழிமுறையாகும். இந்த அர்த்தத்தில், பணம் என்பது வாழ்க்கையில் நமக்குத் தேவையான மற்றும் விரும்பும் விஷயங்களைப் பெற அனுமதிக்கும் ஒரு கருவியாகும்.

சிலருக்கு பணம் என்பது அந்தஸ்து மற்றும் அதிகாரத்தைக் குறிக்கிறது. நிறைய பணம் வைத்திருப்பது வாய்ப்புகள், சலுகைகள் மற்றும் சமூக இணைப்புகளை வழங்கலாம், இது குறைவான பணம் உள்ளவர்களுக்கு கிடைக்காது.

பாதுகாப்பு மற்றும் உறுதித்தன்மை: பணம் பலருக்கு பாதுகாப்பு மற்றும் உறுதித்தன்மையைக் குறிக்கும். நிலையான வருமானம் மற்றும் சேமிப்பைக் கொண்டிருப்பது பாதுகாப்பு உணர்வையும் மன அமைதியையும் அளிக்கும், இதனால் மக்கள் எதிர்காலத்தைத் திட்டமிடலாம் மற்றும் அவர்களின் வாழ்க்கையைக் கட்டுப்படுத்த முடியும்.

சுதந்திரம் மற்றும் நெகிழ்வுத்தன்மை: பணம் சுதந்திரம் மற்றும் நெகிழ்வுத்தன்மையை வழங்க முடியும், மக்கள் தங்கள் ஆர்வங்கள் மற்றும் ஆர்வங்களை தொடர அனுமதிக்கிறது, பயணம் மற்றும் புதிய விஷயங்களை அனுபவிக்க.

பிறருக்கு உதவவும், உலகில் மாற்றத்தை ஏற்படுத்தவும் பணத்தைப் பயன்படுத்துவதற்கான வழிகள் தொண்டு மற்றும் கொடைஉள்ளம் ஆகும்.

முக்கிய மதிப்புகள்

முக்கிய மதிப்புகள் என்பது நமது அன்றாட வாழ்வில் நமது செயல்கள் மற்றும் நடத்தைகளை வழிநடத்தும் கொள்கைகள் ஆகும். ஒருமைப்பாடு, நோக்கம் மற்றும் அர்த்தமுள்ள வாழ்க்கையை வாழ அவை நமக்கு உதவுகின்றன. நமது அன்றாட வாழ்க்கைக்கு முக்கியமான சில முக்கிய மதிப்புகள் இங்கே:

நேர்மை: நேர்மை என்பது அனைத்து உறவுகளின் அடித்தளமாகும், மேலும் நம்பிக்கையையும் மரியாதையையும் வளர்ப்பதற்கு இது அவசியம். நம்முடனும் மற்றவர்களுடனும் நேர்மையாக இருப்பது ஆரோக்கியமான மற்றும் அர்த்தமுள்ள உறவுகளைப் பராமரிக்கவும், மோதல்களைத் தவிர்க்கவும் உதவுகிறது.

மரியாதை: நம் வாழ்வின் அனைத்து அம்சங்களிலும் மற்றவர்களுக்கு மரியாதை முக்கியம். மற்றவர்களின் பின்னணி, நம்பிக்கைகள் அல்லது மதிப்புகளைப் பொருட்படுத்தாமல், மற்றவர்களை இரக்கம், அனுதாபம் மற்றும் புரிதலுடன் நடத்துவதை இது குறிக்கிறது. நாம் மரியாதை காட்டும்போது

மற்றவர்களுக்கு, ஒவ்வொருவரும் மதிப்புமிக்கவர்களாகவும் பாராட்டப்பட்டவர்களாகவும் உணரும் ஒரு நேர்மறையான சூழலை உருவாக்குகிறோம்.

பொறுப்பு: பொறுப்பு என்பது நமது செயல்களின் உரிமையை எடுத்துக்கொள்வது மற்றும் எங்கள் முடிவுகளுக்கு பொறுப்பாக இருப்பது. நம் வாழ்வின் அனைத்து அம்சங்களிலும் செயலில், ஒழுங்கமைக்கப்பட்ட மற்றும் நம்பகமானதாக இருப்பது இதன் பொருள். நமது செயல்களுக்கு பொறுப்பேற்பதன் மூலம், மற்றவர்களிடம் நம்பிக்கையையும் நம்பகத்தன்மையையும் வளர்த்து, நமது இலக்குகளை அடைய முடியும்.

இரக்கம்: இரக்கம் என்பது மற்றவர்களிடம் கருணை மற்றும் பரிவு காட்டுவதாகும். இது மற்றவர்களின் உணர்ச்சிகள் மற்றும் தேவைகளைப் பற்றி அறிந்துகொள்வது மற்றும் அக்கறையுடனும் புரிதலுடனும் பதிலளிப்பதை உள்ளடக்குகிறது. நாம் இரக்கத்தைக் காட்டும்போது, நேர்மறையான உறவுகளை உருவாக்கி, உலகில் நேர்மறையான தாக்கத்தை ஏற்படுத்த முடியும்.

விடாமுயற்சி: விடாமுயற்சி என்பது சவால்கள் மற்றும் தடைகளை எதிர்கொள்வது. கொண்டிருப்பதைக் குறிக்கிறது நமது இலக்குகள் எவ்வளவு கடினமாக இருந்தாலும் அவற்றை அடைவதில் உறுதி. விடாமுயற்சியின் மூலம், நாம் பின்னடைவை வளர்த்துக் கொள்ளலாம், நமது திறன்களை வளர்த்துக் கொள்ளலாம் மற்றும் நமது கனவுகளை அடையலாம்.

நன்றியுணர்வு: நன்றியுணர்வு என்பது நம் வாழ்வில் நாம் வைத்திருப்பதற்கு நன்றியுடன் இருப்பது. நம்மிடம் உள்ள நல்ல விஷயங்களை அங்கீகரிப்பதும், நம் வாழ்க்கையை மேம்படுத்தும் மற்றும் அனுபவங்களைப் பாராட்டுவதும் இதில் அடங்கும். நன்றியுணர்வைக் கடைப்பிடிப்பதன் மூலம், நாம்

நேர்மறையான மனநிலையை வளர்த்துக் கொள்ளலாம் மற்றும் நமது ஒட்டுமொத்த நல்வாழ்வை மேம்படுத்தலாம்.

மன்னித்தல்: மன்னிப்பு என்பது மற்றவர்களிடம் கோபம், வெறுப்பு, கசப்பு ஆகியவற்றை விட்டுவிடுவதாகும். மக்கள் தவறு செய்கிறார்கள் என்பதையும், நம் அனைவருக்கும் குறைபாடுகள் இருப்பதையும் அங்கீகரிப்பது இதில் அடங்கும். மன்னிப்பைப் பயிற்சி செய்வதன் மூலம், நாம் எதிர்மறை உணர்ச்சிகளை விடுவித்து, நம் உறவுகளை மேம்படுத்தலாம் மற்றும் கடந்தகால காயத்திலிருந்து முன்னேறலாம்.

நிறைவான மற்றும் அர்த்தமுள்ள வாழ்க்கையை நடத்துவதற்கு இந்த முக்கிய மதிப்புகள் அவசியம். இந்த மதிப்புகளை நமது அன்றாட வாழ்வில் இணைத்துக்கொள்வதன் மூலம், நாம் வலுவான உறவுகளை உருவாக்கலாம், நமது இலக்குகளை அடையலாம் மற்றும் உலகில் நேர்மறையான தாக்கத்தை ஏற்படுத்தலாம்.

"வாழ்க்கை என்பது நீங்கள் உருவாக்குவது". மகத்துவத்தை அடையும் ஆற்றல் ஒவ்வொருவருக்குள்ளும் உள்ளது

நாம் ஒவ்வொருவரும் பயம், சுய சந்தேகம் அல்லது அறிவின்மை போன்ற பல்வேறு காரணங்களால் இந்த சக்தி பெரும்பாலும் பயன்படுத்தப்படாமல் உள்ளது. உங்கள் ஆற்றலைத் திறக்கவும், உங்கள் முழுத் திறனையும் வெளிக்கொணரவும், இந்தத் தடைகளைப் புரிந்துகொண்டு சமாளிப்பது முக்கியம்.

உங்கள் சக்தியைத் திறப்பதற்கான முக்கிய தடைகளில் ஒன்று பயம். பயம் உங்களை ஆபத்துக்களை எடுப்பதில் இருந்தும், உங்கள் இலக்குகளைத் தொடர்வதிலிருந்தும் தடுக்கலாம். பயம் என்பது ஒரு இயல்பான உணர்வு என்பதை நினைவில் கொள்வது அவசியம், ஆனால் அது உங்கள் செயல்களைக் கட்டுப்படுத்தக்கூடாது. அதற்கு பதிலாக, உங்கள் பயத்தை அங்கீகரித்து, அதை முன்னோக்கி நகர்த்துவதற்கு உந்துதலாக பயன்படுத்தவும். உங்கள் பயத்தின் மூல காரணத்தைக் கண்டறிந்து, உங்கள் எதிர்மறை நம்பிக்கைகளுக்கு சவால் விடுங்கள். அவ்வாறு செய்வதன்

மூலம், உங்கள் நம்பிக்கையை வளர்த்து, நேர்மறையான மனநிலையை வளர்த்துக் கொள்ளலாம்.

சுய சந்தேகம் உங்கள் சக்தியைத் திறப்பதில் இருந்து உங்களைத் தடுக்கக்கூடிய மற்றொரு தடையாகும். பலர் தங்கள் திறன்களை சந்தேகிக்கிறார்கள் மற்றும் அவர்களின் மதிப்பைக் கேள்விக்குள்ளாக்குகிறார்கள், இது அவர்களின் திறனைக் குறைக்கும். சுய சந்தேகத்தை போக்க, உங்கள் மனநிலையை மாற்றி உங்கள் பலத்தில் கவனம் செலுத்துவது அவசியம். உங்கள் வெற்றிகளைக் கொண்டாடுங்கள் மற்றும் உங்கள் சாதனைகள் எவ்வளவு சிறியதாக இருந்தாலும் அவற்றை ஒப்புக் கொள்ளுங்கள். நேர்மறையான தாக்கங்களுடன் உங்களைச் சுற்றி, உங்கள் அன்புக்குரியவர்களின் ஆதரவைப் பெறுங்கள். கூடுதலாக, உதவி கேட்கவோ அல்லது வழிகாட்டிகள் அல்லது பயிற்சியாளர்களிடம் ஆலோசனை பெறவோ பயப்பட வேண்டாம்.

அறிவின்மை உங்கள் சக்தியைத் திறப்பதைத் தடுக்கும் ஒரு தடையாகும். அறிவு என்பது சக்தி, தொடர்ந்து கற்றுக்கொண்டு வளர வேண்டியது அவசியம். வளர்ச்சி மனப்பான்மையை வளர்த்து, புதிய திறன்களைக் கற்றுக்கொள்வதற்கு அல்லது புதிய அனுபவங்களைப் பெறுவதற்கான வாய்ப்புகளைத் தேடுங்கள். கருத்தரங்குகளில் கலந்துகொள்ளவும்,

புத்தகங்களைப் படிக்கவும், புதிய பொழுதுபோக்கைத் தொடங்கவும். நீங்கள் எவ்வளவு அறிவைப் பெறுகிறீர்களோ, அவ்வளவு நம்பிக்கையுடன் இருப்பீர்கள், மேலும் உங்கள் இலக்குகளை அடைய அதிக சக்தி பெறுவீர்கள்.

உங்கள் ஆற்றலைத் திறப்பதற்கு சுய விழிப்புணர்வு, உறுதிப்பாடு மற்றும் கற்றுக்கொள்ளும் விருப்பம் ஆகியவற்றின் கலவை தேவைப்படுகிறது. பயம், தன்னம்பிக்கை, அறிவு இல்லாமை போன்ற தடைகளைத் தாண்டி, உங்களது முழுத் திறனையும் வெளிக்கொண்டு வந்து மகத்துவத்தை அடையலாம். எப்போதும் உங்களுக்கு உண்மையாக இருக்க நினைவில் கொள்ளுங்கள், உங்கள் மதிப்புகளுடன் ஒத்துப்போகும் இலக்குகளை அமைக்கவும், உங்கள் கனவுகளை ஒருபோதும் கைவிடாதீர்கள். மகத்துவத்தை அடையும் சக்தி உங்களுக்குள் உள்ளது, திறக்கப்படுவதற்கு காத்திருக்கிறது.

தனித்துவமாக இருக்க

நாம் ஒவ்வொருவரும் ஒரு தனித்துவமான திறமைகள், திறன்கள் மற்றும் பண்புகளுடன் பிறக்கிறோம், அது நம்மை மற்றவர்களிடமிருந்து வேறுபடுத்துகிறது. தனித்துவமாக இருப்பது நம்மைச் சிறப்பிக்கும் ஒரு குணம் மட்டுமல்ல; அதுவும் ஒரு தனிப்பட்ட மற்றும் தொழில்முறை வெற்றிக்கு பங்களிக்கக்கூடிய மதிப்புமிக்க சொத்து. இருப்பினும்,

பெரும்பாலும் இணக்கத்தை மதிக்கும் உலகில், தனித்துவமாக இருப்பது ஒரு சவாலாக இருக்கலாம். நமது தனித்துவத்தை தழுவி, நமது வேறுபாடுகளைக் கொண்டாட வேண்டும்.

தனித்துவமாக இருப்பதன் மிக முக்கியமான அம்சங்களில் ஒன்று நமது நம்பகத்தன்மையைத் தழுவுவதாகும். உண்மையாக இருத்தல் என்பது இதன் பொருள் நாம், நமது மதிப்புகள் மற்றும் நமது நம்பிக்கைகள். சமூக நெறிமுறைகளுக்கு இணங்க அல்லது மற்றவர்களைப் பிரியப்படுத்த இது தூண்டுதலாக இருக்கலாம், ஆனால் அவ்வாறு செய்யும்போது, நமது உண்மையான அடையாளத்தை இழக்க நேரிடும். நமக்கு உண்மையாக இருப்பதன் மூலம், மற்றவர்களின் எதிர்பார்ப்புகளுக்கு இணங்குவதன் மூலம் காண முடியாத நோக்கத்தையும

நிறைவையும் நாம் உருவாக்க முடியும். தனித்துவமாக இருப்பதன் மற்றொரு அம்சம், நமது திறமைகளையும் திறமைகளையும் அங்கீகரித்து வளர்ப்பது. நமது பலத்தை அடையாளம் கண்டுகொள்வதன் மூலம், அவற்றைக் கட்டியெழுப்பலாம் மற்றும் அவற்றை நமக்குச் சாதகமாகப் பயன்படுத்தலாம். இது நமது தனிப்பட்ட மற்றும் தொழில் வாழ்க்கையில் தனித்து நிற்கவும், நம்பிக்கை மற்றும் திறமை உணர்வை உருவாக்கவும் உதவும்.

மனிதனும் பணமும்

ஒரு நபர் ஒரு நாளைக்கு குறைந்தபட்சம் 30 அமெரிக்க டாலர்களுடன் (3000 ரூபாய்) உலகில் எங்கு வேண்டுமானாலும் வாழலாம். எனவே, உலகில் எங்கும் வாழ ஒரு தனிநபருக்கு உகந்த தொகை ஆண்டுக்கு சராசரியாக 10,000 அமெரிக்க டாலர்கள் (10 லட்சம் ரூபாய்) இருப்பினும், உலகின் எந்தப் பகுதியிலும் 100 ஆண்டுகள் வாழ்வதற்கான செலவைக் கணக்கிட்டால், அது ஒரு மில்லியன் அமெரிக்க டாலர்கள். முடிவில், உலகில் எங்கும் 100 ஆண்டுகள் வசதியாக வாழ ஒரு மில்லியன் டாலர்கள் (10கோடி ரூபாய்) வேண்டும்.

*"**நம்** வாழ்நாளில் 10 வருடங்கள் மட்டுமே நம் ஆசைகளை அனுபவித்து நிறைவேற்றிக் கொள்ள வேண்டும். முதல் 15 ஆண்டுகளையும் கடைசி 15 ஆண்டுகளையும் நம்மால் கட்டுப்படுத்த முடியாது என்பது தர்க்கரீதியான உண்மை. மீதமுள்ள 70 ஆண்டுகளில் ஒரு நாளைக்கு 8 மணிநேர தூக்கம் அடங்கும், இது 70 இல் மூன்றில் ஒரு பங்கு அல்லது 23 ஆண்டுகள் ஆகும். வேலை நேரம், ஒரு நாளைக்கு 10 மணிநேர பயணம் உட்பட, மீதமுள்ள 47 ஆண்டுகளில் கிட்டத்தட்ட 20 ஆண்டுகள் ஆகும். மீதமுள்ள 27 ஆண்டுகளில், குழித்தல், சீர்ப்படுத்துதல், உணவு அருந்துதல் மற்றும் பிற தினசரி அத்தியாவசியக் கடமைகள் ஒரு நாளைக்கு சராசரியாக 3 மணிநேரம் ஆகும், இது 27 ஆண்டுகளில் எட்டில் ஒரு பங்கு அல்லது 3 ஆண்டுகள் ஆகும். அத்தியாவசிய குடும்ப நிகழ்ச்சிகளில் கலந்துகொள்வது, பயணம் செய்தல், அங்காடி பொருட்கள் வாங்கல், மருத்துவமனை, நோய், வீட்டுப் பொருட்கள் மற்றும் தனிப்பட்ட பாகங்கள் பழுது மற்றும் பராமரிப்பு, இயற்கை சீற்றங்கள், விரும்பத்தகாத சம்பவங்கள், வெள்ளம், மின்சாரம் நிறுத்தம், போக்குவரத்து மற்றும் பல குறிபிடாதவைகள் நம் வாழ்நாளில் கிட்டத்தட்ட 14 ஆண்டுகளை எடுத்துவிடும். எனவே, 100 ஆண்டுகள் வாழ்வதைக் கருத்தில் கொண்டு, நாம் விரும்பிய வாழ்க்கையை வடிவமைக்க 10 ஆண்டுகள் மட்டுமே உள்ளன".*

பணத்தின் மீது அளவுக்கதிகமாகப் பற்றுக்கொள்வதைத் தவிர்ப்பது அல்லது நமது நிதி நிலையை அடிப்படையாகக் கொண்டு நமது சுய மதிப்பை வரையறுப்பது முக்கியம். நேர்மறையான உறவுகளை வளர்ப்பதில் கவனம் செலுத்த வேண்டும், நம் வாழ்வின் நோக்கத்தையும் அர்த்தத்தையும் கண்டறிதல், மற்றும் வெறுமனே செல்வத்தை குவிப்பதை விட நமது ஆர்வங்கள் மற்றும் நலன்களைப் பின்தொடர்வது.

பணம் என்பது பொருட்கள் மற்றும் சேவைகளுக்கான பரிமாற்ற ஊடகமாக செயல்படுவதால், மதிப்பின் ஒரு புறநிலை அளவீடாக பார்க்க முடியும். இது பொருளாதார பரிவர்த்தனைகளை எளிதாக்க பயன்படும் ஒரு கருவியாகும் மற்றும் பொதுவாக பணம் செலுத்தும் வடிவமாக ஏற்றுக்கொள்ளப்படுகிறது. இந்த அர்த்தத்தில், பணத்தைப் புறநிலையாகக் காணலாம், ஏனெனில் அது உலகளாவிய அங்கீகரிக்கப்பட்ட மதிப்பைக் கொண்டுள்ளது மற்றும் தனிப்பட்ட கருத்துகள் அல்லது மதிப்புகளைச் சார்ந்தது அல்ல. இருப்பினும், சமூகத்தில் பணத்தின் பங்கு மற்றும் அதன் மதிப்பு முற்றிலும் புறநிலை அல்ல. பணத்தின் மதிப்பு வழங்கல் மற்றும் தேவை, பணவீக்கம், வட்டி விகிதங்கள் மற்றும் அரசாங்க கொள்கைகள் உட்பட பல்வேறு காரணிகளால் தீர்மானிக்கப்படுகிறது. இந்த காரணிகள் காலப்போக்கில் ஏற்ற இறக்கங்கள் என மாறலாம், இது பணத்தின் மதிப்பில் மாற்றங்களுக்கு வழிவகுக்கும்.

வாழ்க்கையையும் எதிர்காலத்தையும் அணுகுவதற்கான ஒரு வழி, தெளிவான இலக்குகளை நிர்ணயித்து, காலப்போக்கில் அவற்றை நோக்கிச் செயல்படுவது. இது உங்களின் தனிப்பட்ட மற்றும் தொழில் வாழ்க்கையின் அடிப்படையில் உங்களுக்கு எது மிகவும் முக்கியமானது என்பதைக் கண்டறிந்து, அந்த இலக்குகளை அடைவதற்கான திட்டத்தை உருவாக்குவதை உள்ளடக்கியது. எதிர்காலம் இயல்பாகவே இருப்பதால், புதிய சூழ்நிலைகள் எழும்போது அவற்றை மாற்றுவதற்கும், அதற்கு ஏற்றவாறு மாற்றியமைப்பதற்கும் திறந்த நிலையில்

இருப்பதும் முக்கியம். வளைந்து கொடுக்கும் தன்மையுடனும், நெகிழ்ச்சியுடனும் இருப்பது, எதிர்பாராத சவால்களுக்குச் செல்லவும் புதிய வாய்ப்புகளைப் பயன்படுத்திக் கொள்ளவும் உதவும்.

பணத்தை எவ்வாறு சேமிப்பது என்பது பற்றி வீட்டிலிருந்து, பள்ளிக்கூடம் மற்றும் எல்லா இடங்களிலும் இருந்து கற்றுக்கொடுக்கப்பட்டுள்ளோம், ஆனால் சேமித்த பணத்தை எவ்வாறு புத்திசாலித்தனமாக செலவிடுவது என்பதை கற்பிக்கத் தவறிவிட்டோம்.

நமது சிந்தனை செயல்முறை எப்போதும் பணம் சம்பாதிப்பதற்கும் எதிர்காலத்திற்காக சேமிப்பதற்கும் நோக்கமாக இருக்கிறது. இருப்பினும், உழைத்து சம்பாதித்த பணத்தின் நோக்கத்தின் அடிப்படியை மறந்து நமது தற்போதைய வாழ்க்கையை ஆரோக்கியமாகவும், மகிழ்ச்சியாகவும் மாற்றத் தவறுகிறோம். பணத்தை புத்திசாலித்தனமாகப் பயன்படுத்துவது என்பது உங்கள் நிதி இலக்குகளை அடைய உதவும் விதத்தில் அதை நிர்வகிப்பதாகும், அதே நேரத்தில் உங்கள் ஒட்டுமொத்த நல்வாழ்வையும் ஆதரிக்க பணத்தை புத்திசாலித்தனமாக பயன்படுத்த வேண்டும்.

பட்ஜெட்டை உருவாக்குதல்: உங்கள் வருமானம் மற்றும் செலவுகளைக் கோடிட்டுக் காட்டும் பட்ஜெட்டை உருவாக்கி, அதிகப்படியான செலவினங்களைத் தவிர்க்கவும், உங்கள் நிதியை சீராக வைத்திருக்கவும் உதவும்.

எதிர்காலத்திற்கான சேமிப்பு: அவசர தேவைகளுக்காகவும் ஓய்வு பெறுதல் அல்லது வீடு வாங்குதல் போன்ற நீண்ட கால இலக்குகளுக்காகவும் பணத்தை ஒதுக்குங்கள். இது நிதி நிலைத்தன்மையையும் பாதுகாப்பையும் அடைய உதவும்.

கடனைத் தவிர்ப்பது: அதிக கடன் வாங்குவதைத் தவிர்க்க முயற்சி செய்யுங்கள் அல்லது உங்களால் வாங்க முடியாத பொருட்களை வாங்குவதற்கு கடன் அட்டைகளைப்

பயன்படுத்துவதை தவிர்க்கவும். அதிக அளவிலான கடன்கள் நிதி நெருக்கடி மற்றும் சிரமத்திற்கு வழிவகுக்கும்.

உங்களின் வளர்ச்சிக்கு முதலீடு செய்தல்: உங்கள் வருமானத்தை மேம்படுத்தும் அல்லது உங்கள் இலக்குகளை அடைய உதவும் கல்வி அல்லது பயிற்சி போன்றவற்றில் முதலீடு செய்ய உங்கள் பணத்தைப் பயன்படுத்துங்கள்.

திரும்பக் கொடுப்பது: உங்கள் வருமானத்தில் ஒரு பகுதியை நீங்கள் அக்கறையுள்ள காரணங்களுக்காக அல்லது நிறுவனங்களுக்கு நன்கொடையாக வழங்குவதைக் கவனியுங்கள். இது உங்களுக்கு மிகவும் திருப்திகரமாக உணரவும், உலகில் நேர்மறையான தாக்கத்தை ஏற்படுத்தவும் உதவும்.

பணத்தை புத்திசாலித்தனமாகப் பயன்படுத்துவதன் மூலம், உங்கள் நிதி இலக்குகளை அடைய முடியும், அதே நேரத்தில் உங்கள் ஒட்டுமொத்த நல்வாழ்வை ஆதரிக்கவும் மற்றும் உலகில் நேர்மறையான தாக்கத்தை ஏற்படுத்தவும் முடியும். ஒரு நபரின் மதிப்புகள் மற்றும் வாழ்க்கை சூழ்நிலைகளைப் பொறுத்து பணத்தின் அர்த்தம் மாறுபடும். இது பொருட்கள் மற்றும் சேவைகளுக்கான நாணயம், நிலை மற்றும் அதிகாரம், பாதுகாப்பு சுதந்திரம் மற்றும் நெகிழ்வுத்தன்மை, அல்லது கொடையுள்ளம் மற்றும் வழங்குதல் ஆகியவற்றைக் குறிக்கும்.

வழிகாட்டுதல் மற்றும் அறிவொளிக்கான எங்கள் தேடலில், பதில்களுக்கு வெளிப்புற ஆதாரங்களை அடிக்கடி பார்க்கிறோம். நாம் ஆன்மீகத் தலைவர்கள், சுய உதவி குருக்களின் ஆலோசனையைப் பெறலாம் அல்லது நம் வாழ்வில் அர்த்தத்தையும் நோக்கத்தையும் கண்டறிய மதத்தை நாடலாம். இருப்பினும், உண்மை என்னவென்றால், ஞானத்தின் மிகப்பெரிய ஆதாரம் நமக்குள்ளேயே உள்ளது.

நமது சொந்த குருவாக இருப்பதென்றால், நம் வாழ்வின் உரிமையை எடுத்துக்கொள்வதோடு, நமது வளர்ச்சிக்கும் வளர்ச்சிக்கும் பொறுப்பாக இருப்பது. இது நமது உள்ளார்ந்த ஞானத்தை அங்கீகரிப்பதாகும் மற்றும் நமது உள் குரலைக் கேட்பது. நாம் ஒவ்வொருவருக்கும் ஒரு தனித்துவமான பயணம் உள்ளது, மேலும் நமக்கு எது சிறந்தது என்பதை நாம் மட்டுமே அறிவோம். நம்மையும் நம் உள்ளுணர்வையும் நம்புவதும், நம்முடைய சொந்த வழியைப் பின்பற்ற தைரியம் இருப்பதும் முக்கியம்.

உங்கள் சொந்த குருவாக இருப்பதற்கு சுய விழிப்புணர்வு மற்றும் சுயபரிசோதனை தேவை. நமது எண்ணங்கள், உணர்ச்சிகள் மற்றும் செயல்களைப் பற்றி சிந்திக்க நேரம் ஒதுக்குவதாகும். சுய பிரதிபலிப்பு மூலம், நமது நம்பிக்கைகள், மதிப்புகள் மற்றும் நோக்கம் பற்றிய தெளிவு மற்றும் புரிதலைப் பெறலாம். நாம் நமது பலம் மற்றும் பலவீனங்களை

அடையாளம் கண்டுகொண்டு, நம்மை நாமே சிறந்தவராக மாற்ற முயற்சி செய்யலாம்.

நமது வளர்ச்சிக்கும் மேம்பாட்டிற்கும் உறுதுணையாக இருக்கும் தினசரி பயிற்சியை வளர்ப்பதும் முக்கியம். இதில் தியானம், யோகா அல்லது நமக்கு உள் அமைதியையும் தெளிவையும் தரும் வேறு எந்த பயிற்சியும் அடங்கும். வழக்கமான பயிற்சியின் மூலம், நாம் நமது உள்நிலைகளுடன்

இணைக்க முடியும் மற்றும் நமது நோக்கம் மற்றும் திசையைப் பற்றிய ஆழமான புரிதலைப் பெறலாம்.

நீங்கள் சொந்த குருவாக இருப்பதால், வழிகாட்டுதல் மற்றும் உத்வேகத்தின் வெளிப்புற ஆதாரங்களை நாம் நிராகரிக்க வேண்டும் என்று அர்த்தமல்ல. நமது அணுகுமுறையில் நாம் பகுத்தறிந்து, நமது சொந்த உள்ளுணர்வை நம்ப வேண்டும் என்பதே இதன் பொருள். நாம் மற்றவர்களிடமிருந்து கற்றுக்கொள்ளலாம் மற்றும் அவர்களின் ஞானத்தால் ஈர்க்கப்படலாம், ஆனால் இறுதியில், பதில்கள் நமக்குள் உள்ளன. உங்கள் சொந்த குருவாக இருக்க வேண்டும் என்ற எண்ணம் மற்றும் விடுதலை அளிக்கிறது. நம்முடைய சொந்த விதியை உருவாக்கி, நோக்கம் மற்றும் நிறைவான வாழ்க்கையை வாழ நமக்கு சக்தி இருக்கிறது என்பதை இது நமக்கு நினைவூட்டுகிறது. நம்மையும் நம் உள் குரலையும் நம்புவதன் மூலம், நமது முழு திறனையும் திறந்து, அர்த்தமும் மகிழ்ச்சியும் நிறைந்த வாழ்க்கையை உருவாக்க முடியும்.

நம் மனசாட்சி என்பது ஒரு சக்திவாய்ந்த உள் குரல், அது எது சரி எது தவறு என்பதை நோக்கி நம்மை வழிநடத்துகிறது. இது ஒரு திசைகாட்டி, முடிவுகளை எடுக்கவும் வாழ்க்கையின் சவால்களை கடந்து செல்லவும் உதவுகிறது. இருப்பினும், நம் மனசாட்சிக்கு ஏற்ப வாழ, நாம் நமக்குள் உண்மையாக இருக்க வேண்டும்.

இதன் பொருள் நமது எண்ணங்கள், உணர்வுகள் மற்றும் செயல்களில் நேர்மையாக இருப்பது மற்றும் நமது தேர்வுகளுக்கு பொறுப்பேற்பது. ஒருவரின் சுய-மனசாட்சிக்கு உண்மையாக இருப்பதற்கு சுய சிந்தனை மற்றும் சுயபரிசோதனை அவசியம். இது நமது மதிப்புகள், நம்பிக்கைகள் மற்றும் உந்துதல்களை ஆய்வு செய்ய நேரத்தை எடுத்துக்கொள்வதாகும். கடினமான கேள்விகளை நமக்கு நாமே கேட்டுக்கொள்ள வேண்டும் மற்றும் பதில்கள்

சங்கடமாக இருந்தாலும் அவற்றை எதிர்கொள்ள தயாராக இருக்க வேண்டும். இது ஒரு சவாலாக இருக்கலாம். கடினமான செயல்முறை, ஆனால் தனிப்பட்ட வளர்ச்சி மற்றும் வளர்ச்சிக்கு இது அவசியம்.

நம் மனசாட்சிக்கு ஏற்ப வாழ, நாம் நமது உண்மையான சுயத்திற்கு உண்மையாக இருக்க வேண்டும். நாம் யார், நாம் வாழ்க்கையில் என்ன விரும்புகிறோம் என்பதில் நேர்மையாக இருப்பது இதன் பொருள். சமூக நெறிமுறைகளுக்கு இணங்க அல்லது மற்றவர்களைப் பிரியப்படுத்த இது தூண்டுதலாக இருக்கலாம், ஆனால் அவ்வாறு செய்யும்போது, நமது உண்மையான அடையாளத்தை இழக்க நேரிடும். நமக்கு நாம் உண்மையாக இருப்பதன் மூலம், மற்றவர்களின் எதிர்பார்ப்புகளுக்கு இணங்குவதன் மூலம் காண முடியாத நோக்கத்தையும் நிறைவையும் நாம் உருவாக்க முடியும்.

2. விரும்பிய வாழ்க்கையை வடிவமைக்க

நமது இலட்சிய வாழ்க்கை எப்படி இருக்க வேண்டும் என்ற பார்வையை நாம் அனைவரும் கொண்டிருக்கிறோம், ஆனால் அடிக்கடி, நமது அன்றாடப் போராட்டங்களில் சிக்கித் தவித்து, நமது கனவுகளைத் தொடர மறந்து விடுகிறோம்.

வாழ்க்கையை வாழ்வது என்பது நாம் ஆசைப்படும் பொருள் உடைமைகள் அல்ல, வெளிப்புற சாதனைகள் மட்டுமல்ல நம் வாழ்வில் அர்த்தம், நோக்கம் மற்றும் நிறைவைக் கண்டறிவது பற்றியது. இது நமது ஆழ்ந்த மதிப்புகள் மற்றும் ஆசைகளுடன் ஒத்துப்போகும் வாழ்க்கையை வாழ்வது பற்றியது. இது நம்மை உண்மையிலேயே மகிழ்ச்சியாகவும் திருப்தியாகவும் இருக்கும் ஒரு வாழ்க்கையை உருவாக்குவதாகும் "வடிவமைப்பைக் கற்றுக் கொடுங்கள், நீங்கள் எதிர்காலத்தை வடிவமைப்பீர்கள்."

நீங்கள் விரும்பும் வாழ்க்கையை உருவாக்கும் ஆற்றல் உங்களிடம் உள்ளது. எல்லா சாதனைகளின் தொடக்கப்புள்ளி ஆசை. உங்கள் வாழ்க்கையில் அடைய விரும்பும் ஆசைகள், ஆர்வங்கள் அல்லது லட்சியங்கள் அறிவியல் வழியாக விடாமுயற்சியுடன் குறைந்தபட்ச ஆதாரங்களுக்கு உட்பட்டு நிர்வகிக்க வேண்டும்.

அனைத்து உயிரினங்களுக்கும் வடிவமைப்பு உள்ளது. வடிவமைப்பு அனைத்து வகையான நாகரிகங்களுடனும்

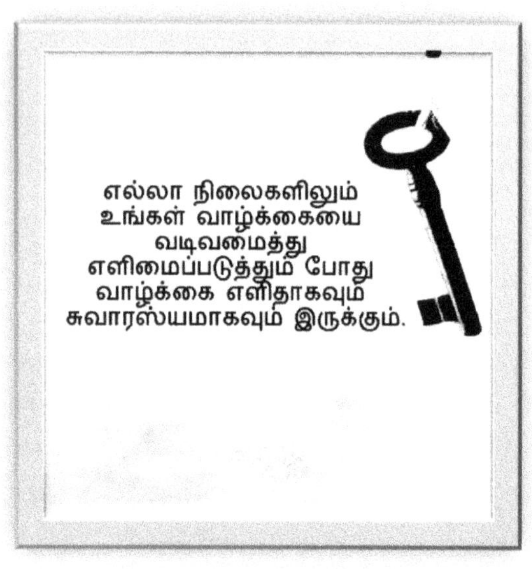

கலக்கப்பட்டு வெவ்வேறு முறைகளில் பிரதிபலிக்கிறது. கற்காலத்திலேயே அவர்கள் வாழ்வதற்கு வெவ்வேறு நோக்கங்களுக்காக கற்களை வடிவமைத்துள்ளனர் என்பதை வரலாற்று சான்றுகள் நிரூபிக்கின்றன. வடிவமைப்பு என்பது எளிமைப்படுத்தலின் ஒரு வடிவம். வடிவம் இல்லாத எதுவும் குறிப்பிட்ட பணி அல்லது வேலைக்கு அதிகம் பயன்படாது. சிக்கலான பாதை முறையை நீக்கி நீங்கள் விரும்பிய முடிவை அடைவதே வடிவமைப்பின் நோக்கமாகும். வடிவமைப்பு ஒரு புள்ளியை மற்றொரு புள்ளியுடன் A இலிருந்து B வரை

நேர்கோட்டில் இணைக்கும் அல்லது சிக்கலான முறையைப் பயன்படுத்துவதற்கான கருத்தை மறுவரையறை செய்கிறது.

மனித வாழ்விலும் பிறப்பு மற்றும் இறப்பு என இரண்டு புள்ளிகள் உள்ளன. நமது வாழ்க்கை இரண்டு நிகழ்வுகளால் இணைக்கப்பட்டுள்ளது: பிறப்பு மற்றும் இறப்பு. பிறப்பும் இறப்பும் நேரியல் செயல்முறைகள். வாழ்வதற்கும் இருப்பதற்கும் வேறுபாடுகள் உள்ளன. வெறுமனே இருப்பது வாழ்க்கையை ஒரு நேர் கோட்டாக காட்டுகிறது; இது வளைவுகள் அல்லது அசாதாரண வடிவங்கள் இல்லாத ஒரு சாதாரண செயல்முறையாகும்.

வடிவமைப்பு

கோலம், கலை, சிற்பம், உருவப்படம் போன்ற வடிவமைப்புகளால் கோவில்களை வடிவமைக்கிறோம் அல்லது வீடுகளை அலங்கரிக்கிறோம். ஆனால், நம் வாழ்க்கையை நாமே வடிவமைக்கத் தவறுகிறோம். நாம் நம் குழந்தைகளுக்கு பெயர் வைக்கிறோம், ஆனால் அவர்களுக்கு விரும்பிய வாழ்க்கையை உருவாக்குவதன் மூலம் அவர்களுக்குப் புகழைப் படைக்கத் தவறுகிறோம். மாறாக, மற்றவர்களைப் போலவே இறுதிப் புள்ளிகளின் நேர்க்கோட்டை உருவாக்க வாழ்க்கையின் அனைத்து நிலைகளிலும் நம் ஆசைகளையும் நிறைவேறாததையும் திணிக்கிறோம். இதன் விளைவாக, முன்கூட்டிய அறிவு, நிபந்தனைக்குட்பட்ட மனம்

மற்றும் வரையறுக்கப்பட்ட சுதந்திரம் ஆகியவை பிறப்பிலிருந்தே நம் வாழ்க்கையை கடினமாக்குகின்றன. சுதந்திரம் என்பது பிறப்புரிமை, அது நம் வாழ்வின் அனைத்து அம்சங்களிலும் வெளிப்படுகிறது. சுதந்திரமான மனம், தேர்ந்தெடுக்கும் சுதந்திரம், பேசும் சுதந்திரம், தங்கள் சொந்த நலன்களைப் பின்தொடர்வதற்கான சுதந்திரம் போன்றவற்றுடன் தொடங்குகிறது. உண்மையான சுயக்கட்டுப்பாடு சுதந்திரம். நீங்களே இருங்கள், ஏனென்றால் அசல் ஒரு நகலை விட மதிப்புமிக்கது.

எங்கள் அன்றாட பயன்பாட்டில் வடிவமைப்பு, அழகியல் மதிப்புகள் மற்றும் தயாரிப்புகளின் முக்கியத்துவம் ஆகியவற்றிற்கு நாம் எப்போதாவது முக்கியத்துவம் கொடுக்கிறோம். பல வழிகளில் நாம் யதார்த்தத்தைப் புரிந்து கொள்ளத் தவறிவிடுகிறோம் மற்றும் கலை மதிப்புகளைப் புறக்கணிக்கிறோம், அவை நம் மூளை மற்றும் நமது நல்வாழ்வுக்கான பல தூண்டுதல் காரணிகளுடன் ஒருங்கிணைக்கப்பட்டுள்ளன. புத்தக அட்டை வடிவமைப்பு, பொதுவாக, புத்தகத்தின் உள்ளடக்கத்தின் செய்தியைக் கொண்டுள்ளது. வடிவமைப்பு, வண்ண மறுஉருவாக்கம், உயர் காகித அட்டை போன்ற பல காரணிகளால் புத்தகத்தின் விலையில் கிட்டத்தட்ட நான்கில் ஒரு பங்கை புத்தக அட்டைகள் மட்டுமே செலவிடுகின்றன. இருப்பினும், அனைத்து அழகியலையும் மறைத்து முழு புத்தக அட்டையையும் மறைக்க பழுப்பு நிற மூடுதல் அட்டை

பயன்படுத்துகிறோம். இதன் மூலம் புத்தகத்தின் விலையில் நான்கில் ஒரு பங்கை நாம் தேவை இல்லாமல் வீணாகும். நமது மொபைல்கள், சூட்கேஸ்கள், டிவிகள் போன்றவற்றையும் இந்த தயாரிப்புகள் அவற்றின் தோற்றம் மற்றும் உணர்வுக்காக பெரிதும் செலவிடுகின்றன. ஆனால் நமது அட்டை மற்றும் மூடும் முறை பணத்தையும் எல்லா பலன்களையும் வீணடிக்கிறது.

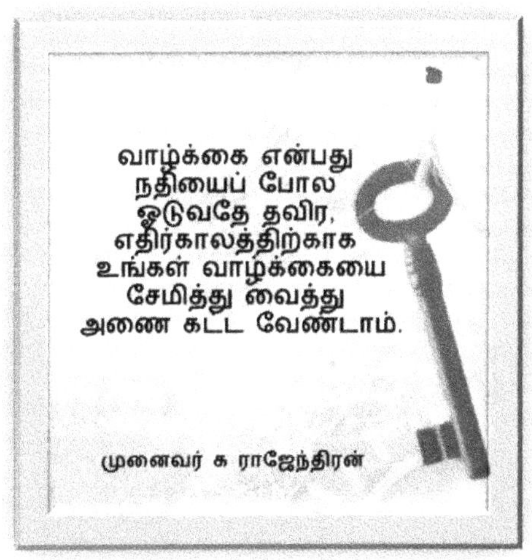

அதே வழியில் ஆட்டோமொபைல் நிறுவனங்கள் ஏரோடைனமிக்ஸ் மற்றும் பாதுகாப்பில் எந்த சமரசமும் இல்லாமல் அழகியல் மதிப்புகளின் தோற்றம் மற்றும்

உணர்விற்காக மில்லியன் கணக்கான பணத்தை செலவிடுகின்றன. இருப்பினும், வாகனத்தின் ஏரோடைனமிக்ஸ் மற்றும் பாதுகாப்பு அளவுருக்களுக்கு மாறாக கூடுதல் பொருத்துதல்களை பொருத்தி பணத்தை மட்டுமல்ல, உயிரையும் இழக்கிறோம்.

எந்தவொரு பாடப் புத்தகம் அல்லது எந்த புத்தகமக இருந்தாளும் மூடுதல் அட்டை "இல்லை" என்று சொல்ல வேண்டும், ஏனென்றால் மூடுதல் அட்டை என்பது நமது படைப்பாற்றலை நிறுத்துவதற்கும் மூளையை மளுங்க செய்ய வழி வகுக்கிறது. தவிர வேறில்லை. நமது இலக்குகள், நமது உணர்வுகள் மற்றும் நமது மதிப்புகள் குறித்து நாம் தெளிவாக இருக்க வேண்டும். நாம் விரும்புவதைப் பற்றிய தெளிவான படம் இருக்கும்போது, நமது இலக்குகளை அடைய உதவும் ஒரு வரைபடத்தை உருவாக்கலாம். ஒரு திட்டம் இருந்தால் மட்டும் போதாது; நாம் வேலையைச் செய்து நாம் ஒவ்வொரு நாளும் சிறிய, செயல்படக்கூடிய நடவடிக்கைகளை எடுக்க வேண்டும், அது நாம் விரும்பிய வாழ்க்கைக்கு நெருக்கமாக நம்மை நகர்த்தும். நாம் நமது பார்வையில் உறுதியாக இருக்க வேண்டும். வழியில் சவால்கள், பின்னடைவுகள் மற்றும் தடைகளை சந்திப்போம், ஆனால் குறிக்கோள் மீது நம் கண்களை வைத்திருக்க வேண்டும், ஒருபோதும் கைவிடக்கூடாது. நாம் நம்மை நம்ப வேண்டும், கவனம் செலுத்த வேண்டும், நம்

இலக்குகளை அடையும் வரை தொடர்ந்து முன்னேற வேண்டும்.

நீங்கள் விரும்பிய வாழ்க்கையை வடிவமைத்தல் மற்றும் அடைவது என்பது தனிப்பட்ட பயணமாகும். நீங்கள் விரும்பும் வாழ்க்கையை உருவாக்குவதற்கான சில குறிப்புகள் இங்கே:

உங்கள் மதிப்புகளை அடையாளம் காணவும்: உங்கள் முக்கிய மதிப்புகள் மற்றும் உங்களுக்கு மிகவும் முக்கியமானவற்றை அடையாளம் காண நேரம் ஒதுக்குங்கள். முக்கியமானவற்றிற்கு

முன்னுரிமை அளித்து, உங்கள் மதிப்புகளுடன் ஒத்துப்போகும் முடிவுகளை எடுக்க உதவும்.

இலக்குகளை அமைக்கவும்: உங்கள் தனிப்பட்ட மற்றும் தொழில் வாழ்க்கைக்கான தெளிவான மற்றும் குறிப்பிட்ட இலக்குகளை உருவாக்கவும். இது உத்வேகத்துடன் இருக்கவும் வெற்றிக்கான உங்கள் பாதையில் கவனம் செலுத்தவும் உதவும்.

ஒரு திட்டத்தை உருவாக்கவும்: உங்கள் இலக்குகளை அடைவதற்கான திட்டத்தை உருவாக்கவும், நீங்கள் எடுக்க வேண்டிய படிகள் மற்றும் அங்கு நீங்கள் பெற வேண்டிய நிலையை அடைவதர்கும் நீங்கள் விரும்பிய வாழ்க்கையை அடைவதற்கு நெருக்கமாக செல்லவும் உதவும்.

ஆதரவைத் தேடுங்கள். உங்களை ஊக்குவிக்கும் மற்றும் ஊக்குவிக்கும் நேர்மறையான மற்றும் ஆதரவான நபர்களுடன் உறவுடன் வையுங்கள் மேலும் உறவை வளர்த்துக் கொள்ளுங்கள்.

உங்கள் பயணப் பாதையில் இருக்கும் தடைகளை கடக்க உதவும் பயிற்சியாளர் அல்லது வழிகாட்டியுடன் செயல்படுவது சிறப்பாகும்.

நீங்கள் விரும்பிய வாழ்க்கையை அடைவதற்கு அர்ப்பணிப்பு, கவனம் மற்றும் விடாமுயற்சி தேவை. உங்கள் மதிப்புகளை அடையாளம் கண்டுகொள்வதன் மூலமும், இலக்குகளை

அமைப்பதன் மூலமும், ஒரு திட்டத்தை உருவாக்குவதன் மூலமும், நடவடிக்கை எடுப்பதன் மூலமும், ஆதரவைத் தேடுவதன் மூலமும், நீங்கள் விரும்பும் வாழ்க்கையை வடிவமைத்து, நிறைவான மற்றும் அர்த்தமுள்ள வாழ்க்கையை வாழலாம்.

வடிவமைப்பு வாழ்க்கையின் ஒரு கலை

நீங்கள் யாராக உருவாக்கப்படுகிறீர்களோ, அப்படி இருக்க நீங்கள் சுதந்திரமாக இருக்கிறீர்கள். உங்களை வரையறுப்பதற்கு உலகம் தன்னால் முடிந்ததைச் செய்யும் அதே வேளையில், யாராக இருக்க வேண்டும், எப்படி செயல்பட வேண்டும், என்ன நினைக்க வேண்டும் என்று உங்களுக்குச் சொல்லும் போது, நினைவில் கொள்ளுங்கள்: உங்கள் ஒவ்வொரு இழக்குகளும் நோக்கத்துடன் வடிவமைக்கப்பட்டுள்ளது. நீங்கள் நினைக்கும் விதம், கருத்துகளைத் தொடர்புகொள்வது மற்றும் உங்களை வெளிப்படுத்துவது என்பது வேறு எவருக்கும் இல்லாத தனித்துவமான மற்றும் மின்சார கலவையாகும்.

பெரும்பாலும், நாம் வாழ்க்கையின் பரிணாமத்தை தவறாக புரிந்துகொள்கிறோம். நாம் பெரியவராக இருக்க வேண்டும்

என்ற எண்ணத்தில் நாம் "உருவாக" வேண்டும். ஆனால் மகத்துவம் ஏற்கனவே நம்மில் உள்ளது. நாம் யார் என்பதன் மையத்தில் உள்ளது. சவால் என்னவென்றால், வேறொன்றாக மாற முயற்சி செய்யாமல், அதற்குப் பதிலாக நமக்குள் ஏற்கனவே உள்ள சக்தியை வெளிக்கொணர வேண்டும்.

"வடிவமைப்பு என்பது அறிவியலும் கலையும் சமமாக அடைவது."

நமது சக்தி வேறொருவராக மாறுவதில் இல்லை, ஆனால் நாம் யாராக உருவாக்கப்படுகிறோம் என்பதை உலகுக்கு வெளிப்படுத்துவதில் உள்ளது. எனவே,

உங்களின் மிக மோசமான மற்றும் மிகவும் உண்மையான பாதிப்பை அகற்றி, அதை புத்திசாலித்தனமாகவும் மதிப்புமிக்கதாகவும் பார்க்க உங்களை அனுமதியுங்கள். நீங்கள் செய்யும்போது, நீங்கள் சுதந்திரமாக வாழ்வதையும், ஒளியுடன் பிரகாசிப்பதையும் நீங்கள் பார்க்கத் தொடங்குவீர்கள்,

உங்கள் வாழ்க்கையின் இலக்கை அடைய அல்லது அடைய ஆரம்ப கட்டத்தில் உங்கள் வாழ்க்கையை வடிவமைத்து உருவாக்குங்கள். மகிழ்ச்சியுடன் வாழ்வதும், அமைதியான மனித சகவாழ்வை மேம்படுத்துவதும், நமது உலகத்தை அனைத்து உயிரினங்களுக்கும் பாதுகாப்பானதாக மாற்றுவதும் முக்கிய நோக்கமாகும்.

சுய பிரதிபலிப்பு: உங்கள் மதிப்புகள், முன்னுரிமைகள் மற்றும் இலக்குகளைப் புரிந்துகொள்ள நேரம் ஒதுக்குங்கள். நீங்கள் எந்த வகையான வாழ்க்கையை வாழ விரும்புகிறீர்கள், எதைச் சாதிக்க விரும்புகிறீர்கள் என்று நீங்களே கேட்டுக்கொள்ளுங்கள்.

முன்னுரிமை: உங்கள் முன்னுரிமைகளின் பட்டியலை உருவாக்கி, முதலில் மிக முக்கியமானவற்றில் கவனம் செலுத்துங்கள்.

திட்டமிடல்: உங்கள் இலக்குகளை நீங்கள் எவ்வாறு அடைவீர்கள் என்பதற்கான ஒரு வரைபடத்தை உருவாக்கவும் மற்றும் உங்கள் அன்றாட பழக்கவழக்கங்கள் மற்றும்

" உன் கடமையை செய்தால்
யாருக்கும் தலை வணங்க தேவையில்லை.
உன் கடமையை செய்யத் தவறினால்
எல்லோருக்கும் தலை வணங்க வேண்டும்"
- அப்துல் கலாம்

நடைமுறைகள் நீங்கள் விரும்பிய விளைவுகளை ஆதரிக்கின்றன என்பதை உறுதிப்படுத்தவும்.

நடவடிக்கை எடுப்பது: எவ்வளவு சிறியதாக இருந்தாலும், உங்கள் இலக்குகளை நோக்கி படிகளை எடுக்கத் தொடங்குங்கள். முன்னேற்றமட்டுமே முழுமை அல்ல என்பதை நினைவில் கொள்ளுங்கள்.

மாற்றியமைத்தல்: மாற்றுவதற்குத் தயாராக இருங்கள் மற்றும் உங்கள் திட்டத்தைத் தேவைக்கேற்ப சரிசெய்ய தயாராக இருங்கள். வாழ்க்கை கணிக்க முடியாதது, எனவே நெகிழ்வாகவும் மாற்றங்களைச் செய்ய தயாராகவும் இருங்கள்.

உங்கள் வாழ்க்கையை வடிவமைப்பது ஒரு தொடர்ச்சியான செயல்முறையாகும், அதற்கு முயற்சி, உறுதிப்பாடு, அர்ப்பணிப்புடன், உங்கள் தனிப்பட்ட மதிப்புகள் மற்றும் குறிக்கோள்களுக்கு ஏற்ப, நிறைவான, அர்த்தமுள்ள, வாழ்க்கையை நீங்கள் உருவாக்க முடியும்.

விரும்பிய வாழ்க்கை முறையை ஏற்றுக்கொள்வது தொடர்ச்சியான பயணமாகும். எண்ணம், நோக்கம், நினைவாற்றலுடன் வாழ்வதை வலியுறுத்தும் வாழ்க்கை முறை இது. நமது உடல், மன மற்றும் உணர்ச்சி நல்வாழ்வுக்கு முன்னுரிமை அளிப்பதன் மூலம், நாம் நமது வாழ்க்கைத் தரத்தை மேம்படுத்தலாம், வலுவான உறவுகளை உருவாக்கலாம்.

நீண்ட ஆயுள் வாழ்க்கை

"இகிகை"* என்றால் வாழ்க்கை மதிப்புக்குரியதாக இருக்க வேண்டும்"இகிகை"* என்பது உங்கள் வாழ்நாள் முழுவதும் உங்களை வழிநடத்தும் மற்றும் உங்கள் மரணத்தின் தருணம் வரை செயல்களைச் செய்ய உங்களைத் தூண்டும் ஒரு நோக்கம். ஜப்பானிய கலாச்சாரத்தில் வாழ்க்கையின் நோக்கம் மிகவும் முக்கியமானது, ஓய்வூதியம் பற்றிய நமது யோசனை அங்கு இல்லை, அவர்களின் நீண்ட ஆயுளுக்கான ஐந்து ரகசியங்கள்:

1. கவலை வேண்டாம். 2. நல்ல பழக்கங்களை வளர்த்துக் கொள்ளுங்கள். 3. ஒவ்வொரு நாளும் உங்கள் நட்பை வளர்த்துக் கொள்ளுங்கள். 4. அவசரமில்லாத வாழ்க்கை வாழுங்கள். 5. நம்பிக்கையுடன் இருங்கள்.

"இகிகை" என்பது நம் அனைவருக்கும் வித்தியாசமானது, ஆனால் நமக்கு பொதுவான ஒன்று என்னவென்றால், நாம் அனைவரும் அர்த்தத்தைத் தேடுகிறோம். நமது உள்ளுணர்வும் ஆர்வமும் மிகவும் சக்திவாய்ந்த உள் திசைகாட்டிகளாகும், அவை நமது "இகிகை" யுடன் இணைக்க உதவும். மகிழ்ச்சி என்பது செய்வதில் உள்ளது, பலனில் இல்லை. வாழ்க்கை என்பது தீர்க்கப்பட வேண்டிய பிரச்சனை அல்ல. சமூக உணர்வும், ஜப்பானியர்கள் கடைசி வரை ஓய்வு என்பதற்கு

உடன்படாமல் முயற்சிப்பதும் நீண்ட ஆயுளுக்கான ரகசியத்தின் முக்கிய கூறுகளாகும். வேலை செய்யத்

தேவையில்லாத போதும் நீங்கள் சுறு சுறுப்பாக இருக்க விரும்பினால் உங்கள் அடிவானத்தில் ஒரு "இகிகை" இருக்க வேண்டும், இது உங்கள் வாழ்நாள் முழுவதும் உங்களை வழிநடத்தும் மற்றும் சமூகத்திற்கும் உங்களுக்கும் அழகு மற்றும் பயனுள்ள விஷயங்களைச் செய்ய உங்களைத் தூண்டும். உங்கள் "இகிகை" நீங்கள் இன்னும் கண்டுபிடிக்கவில்லை என்றால், அதைக் கண்டுபிடியுங்கள் இன்றே.

"இகிகை"யின் பத்து விதிகள்:

1. சுறுசுறுப்பாக இருங்கள்; ஓய்வு பெற வேண்டாம்.

2. எதையும் இலகுவாக கையாளுங்கள்

3. உங்கள் வயிற்றை முழுவதுமாக் நிரப்பாதீர்கள்.

4. நல்ல நண்பர்களுடன் இருங்கள்

5. உங்களின் அடுத்த பிறந்தநாளுக்கு வடிவமையுங்கலள்.

6. புன்னகையுடன் இருங்கள்

7. இயற்கையுடன் இணைக்கவும்.

8. நன்றி சொல்லுங்கள்.

9. கணத்தில் வாழ்க.

10. உங்கள் "இகிகை", ஐப் பின்பற்றவும்.

*நன்றி "இகிகை", எழுத்தாளர்கள் ஹெக்டர் கார்சியா மற்றும் ∴பிரான்செஸ்க் மிரல்லெஸ் எழுதியது.

3. எளிமைப்படுத்தல்

எளிமை

எளிமை என்பது எளிமையான மற்றும் சிக்கலற்ற வாழ்க்கையை குறைந்தபட்ச உடைமைகளுடன் மகிழ்ச்சியுடன் வாழ்வது.

எளிமை ஏன் முக்கியம் என்பதற்கான சில காரணங்கள்:

மன அழுத்தத்தைக் குறைக்கிறது: எளிமையான வாழ்க்கை முறை மன அழுத்தத்தையும் பதட்டத்தையும் குறைக்கும், ஏனெனில் இது கவனச்சிதறல்கள் மற்றும் பொருள் உடைமைகளால் அதிகமாக இருப்பதை விட உண்மையிலேயே முக்கியமானவற்றில் கவனம் செலுத்த அனுமதிக்கிறது.

நினைவாற்றலை ஊக்குவிக்கிறது: அதிகப்படியான உடைமைகள் மற்றும் தேவையற்ற செயல்களால் நாம் திசைதிருப்பப்படாமல் இருப்பதால், நம் வாழ்க்கையை எளிமைப்படுத்துவது, இன்னும் அதிகமாகவும் கவனத்துடன் இருக்கவும் உதவும்.

நிதி சுதந்திரத்தை ஊக்குவிக்கிறது: பொருள் உடைமைகள் மற்றும் அவற்றுடன் வரும் செலவினங்களைச் சார்ந்திருப்பதைக் குறைப்பதால், நமது வாழ்க்கையை எளிமையாக்குவது நிதி சுதந்திரத்திற்கும் வழிவகுக்கும்.

சுற்றுச்சூழல் பாதிப்பைக் குறைக்கிறது: கழிவுகளைக் குறைக்கவும் வளங்களைப் பாதுகாக்கவும் நம்மை ஊக்குவிக்கும் வகையில் எளிமையான வாழ்க்கை முறை சுற்றுச்சூழலில் சாதகமான தாக்கத்தை ஏற்படுத்தும்.

படைப்பாற்றலை ஊக்குவிக்கிறது: படைப்பாற்றல் மற்றும் பொழுதுபோக்குகளில் கவனம் செலுத்த அதிக நேரமும் மன இடமும் இருப்பதால், நம் வாழ்க்கையை எளிமைப்படுத்துவது படைப்பாற்றலை ஊக்குவிக்கும்.

எளிமையானது செயல்படுத்த எளிதானது அல்ல. எளிமையானது தெளிவான பார்வை மற்றும் ஆபத்தை எடுக்க திறந்த மனதுடன் அணுக வேண்டும். ஏற்றுக்கொள்ள முடியாததை ஏற்றுக்கொள்வதே இவ்வுலகில் அருளின் மிகப்பெரிய ஆதாரமாகும்.

உறவுகள்: உங்கள் நெருங்கிய உறவுகளில் கவனம் செலுத்துவதன் மூலம் உங்கள் சமூக வாழ்க்கையை

எளிதாக்குதல் மற்றும் உங்கள் மதிப்புகள் அல்லது முன்னுரிமைகளுடன் ஒத்துப்போகாத கடமைகளைக் குறைத்தல்.

வீட்டு அமைப்பு: ஒழுங்கமைத்தல், உடைமைகளைக் குறைத்தல் மற்றும் அமைப்பு மற்றும் பராமரிப்புக்கான அமைப்புகளை உருவாக்குவதன் மூலம் உங்கள் வாழ்க்கை இடத்தை எளிதாக்குதல்.

வேலை செயல்முறைகள்: தேவையற்ற படிகளைக் குறைப்பதன் மூலம் பணி செயல்முறைகளை எளிதாக்குதல், பணிகளை தானியங்குபடுத்துதல் மற்றும் அதிக முன்னுரிமை பணிகளில் கவனம் செலுத்துதல்.

ஒரு ஹாஸ்டல் அறையில் இரண்டு நபர்களுக்கு ஒரே திறவுகோல்யை வைத்திருப்பது என்பது எண்ணற்ற பிரச்சனைகளை உருவாக்குகிறது, ஏனெனில் ஒரு நபர் எல்லாவற்றிற்கும் மற்றொரு நபரை சார்ந்திருக்க வேண்டும். இது தேவையற்ற வாக்குவாதங்கள், அவநம்பிக்கை, கால விரையம் மற்றும் கருத்து வேறுபாடுகளை விளைவிக்கிறது. இருப்பினும், ஒரு நகல் திறவுகோல்யை உருவாக்கும் ஒரு எளிய பணி அவர்களின் தேவையற்ற பதற்றம் மற்றும் சிக்கல்களை முற்றிலுமாக தீர்க்க முடியும். எனவே, எல்லாவற்றையும் எளிமைப்படுத்துவதன் மூலம் எல்லாவற்றையும் நிர்வகிக்க முடியும். இதேபோல், எல்லா நிலைகளிலும் நம் வாழ்க்கை முறையை எளிமையாக்கினால், நம் வாழ்க்கை மிகவும் சமாளிக்கக்கூடியதாகவும் மகிழ்ச்சியாகவும் மாறும்.

நம் வாழ்க்கையை எளிதாக்க எல்லாவற்றையும் எளிதாக்குங்கள். **சிக்கலாக்குவது எளிதானது மற்றும் எளிமைப்படுத்துவது கடினம்** என்பதால், நம்மை நாமே சிக்கலாக்கிக்கொண்டு மற்றவர்களுடன் சேர்ந்து தீர்க்க முயற்சி செய்கிறோம். சில நேரங்களில் கூடுதல் நிதிச் சுமை இல்லாமல், இயக்க நடைமுறைகளை எளிமையாக்குவதன் மூலம் நமது அன்றாட வாழ்க்கையை எளிதாக்க முடியும். உன்னால் எதனையும் செய்ய முடியும் ஆனால் அனைத்தையும் அல்ல. வாழ்க்கை என்பது அனுபவிக்க வேண்டிய பயணம், தீர்க்கப்பட வேண்டிய பிரச்சனை அல்ல.

முடிவில், எளிமை என்பது மன அழுத்தத்தைக் குறைத்தல், நினைவாற்றல், நிதி சுதந்திரம், சுற்றுச்சூழல் பொறுப்பு, உடல்நலம் மற்றும் நல்வாழ்வு மற்றும் படைப்பாற்றல் ஆகியவற்றை ஊக்குவிக்கும் ஒரு முக்கியமான கருத்தாகும். எளிமையைத் தழுவி, மிகச்சிறிய வாழ்க்கை முறையை வாழ்வதன் மூலம், வாழ்க்கையில் உண்மையிலேயே முக்கியமானவற்றில் கவனம் செலுத்தி, நிறைவான மற்றும் அர்த்தமுள்ள வாழ்க்கை வாழலாம்.

"தோல்வி இல்லாத வாழ்வால்

பயனும் உண்டாகாது. வாழ்வின் சுவையே போராட்டத்தில் தான் இருக்கிறது"

- விவேகானந்தர்

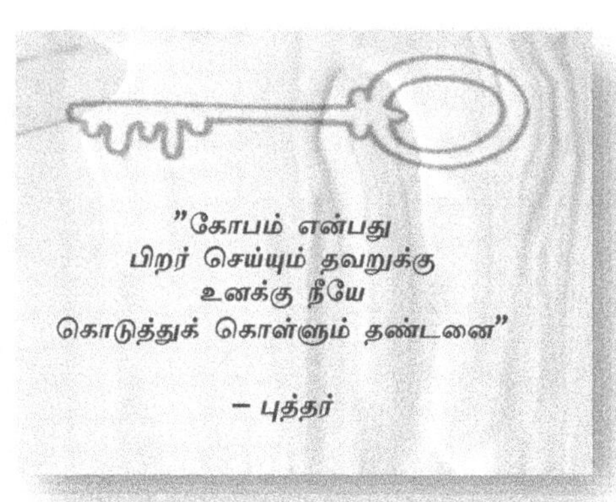

நேர்மை

நேர்மை என்பது மற்றவர்களுடன் நாம் செய்யும் அனைத்து தொடர்புகளிலும் உண்மையாகவும் நேர்மையாகவும் இருப்பதன் தரம். தனிப்பட்ட உறவுகள், வேலை மற்றும் ஒட்டுமொத்த சமூகத்தில் இது ஒரு முக்கியமான மதிப்பு.

நம்பிக்கையை உருவாக்குகிறது: நேர்மை ஒருவருக்கொருவர் நம்பிக்கையை வளர்க்கிறது. நீங்கள் ஒருவரிடம் நேர்மையாக இருக்கும்போது, அவர்கள் உங்களை நம்புவதற்கும், உங்களிடம் நம்பிக்கை வைப்பதற்கும் அதிக வாய்ப்புள்ளது.

திறந்த தொடர்பை ஊக்குவிக்கிறது: வலுவான உறவுகளை வளர்ப்பதற்கும் பயனுள்ள தகவல்தொடர்புகளை வளர்ப்பதற்கும் திறந்த தொடர்பு அவசியம். மக்கள்

ஒருவருக்கொருவர் நேர்மையாக இருக்கும்போது, அவர்கள் மிகவும் திறம்பட தொடர்பு கொள்ளலாம், மோதல்களைத் தீர்க்கலாம் மற்றும் பரஸ்பர இணக்கமான தீர்வுகளை அடையலாம்.

பொறுப்புணர்வை வளர்க்கிறது: நேர்மை தனிப்பட்ட பொறுப்பு மற்றும் பொறுப்புணர்வை ஊக்குவிக்கிறது. மக்கள் தங்கள் செயல்களில் நேர்மையாக இருக்கும்போது, அவர்கள் தங்கள் நடத்தையின் உரிமையை எடுத்துக்கொள்கிறார்கள் மற்றும் மேம்பாட்டிற்கான ஒரு முக்கியமான பண்பு.

நேர்மையை ஊக்குவிக்கிறது: நேர்மை மற்றும் நீதிக்கு நேர்மை அவசியம். மக்கள் நேர்மையாக இருக்கும்போது, மற்றவர்கள் நியாயமாகவும் நியாயமாகவும் நடத்தப்படுவதை உறுதிசெய்கிறார்கள்.

"அன்பும் அறனும் உடைத்தாயின் இல்வாழ்க்கை
பண்பும் பயனும் அது"
- அய்யன் திருவள்ளுவர்

இல்வாழ்க்கை அன்பும் அறமும் உடையதாக விளங்குமானால்; அந்த வாழ்க்கையின் பண்பும் பயனும் அதுவே ஆகும்.

நம்பகத்தன்மையை உருவாக்குகிறது: நேர்மையான நபர்கள் பெரும்பாலும் நம்பகமானவர்களாகவும், நம்பகமானவர்களாகவும், நம்பகமானவர்களாகவும் பார்க்கப்படுகிறார்கள். இது தொழில்முறை அமைப்புகளில் குறிப்பாக முக்கியமானது, நம்பகத்தன்மையும் நம்பிக்கையும் வெற்றிக்கு முக்கியமாகும்.

நெறிமுறை நடத்தையை ஊக்குவிக்கிறது: நேர்மை என்பது நெறிமுறை நடத்தையின் இன்றியமையாத அங்கமாகும். நேர்மையான நபர்கள் தங்கள் தனிப்பட்ட மற்றும் தொழில் வாழ்க்கையில் நெறிமுறை மற்றும் நேர்மையுடன் செயல்படுவதற்கான வாய்ப்புகள் அதிகம்..

பணிவு

பணிவு என்பது அடக்கம் இது பல கலாச்சாரங்கள் மற்றும் மரபுகளில் ஒரு முக்கியமான நல்லொழுக்கமாகக் கருதப்படுகிறது.

திறந்த மனப்பான்மையை ஊக்குவிக்கிறது: தாழ்மையுடன் இருப்பவர்கள் புதிய யோசனைகள் மற்றும் அனுபவங்களுக்கு பெரும்பாலும் திறந்திருப்பார்கள். கற்றல் மற்றும் வளர்ச்சியின் வழியில் தங்கள் ஈகோக்களை அவர்கள் அனுமதிக்க மாட்டார்கள். வலுவான உறவுகளை உருவாக்குகிறது: மனத்தாழ்மை வலுவான, அர்த்தமுள்ள உறவுகளை

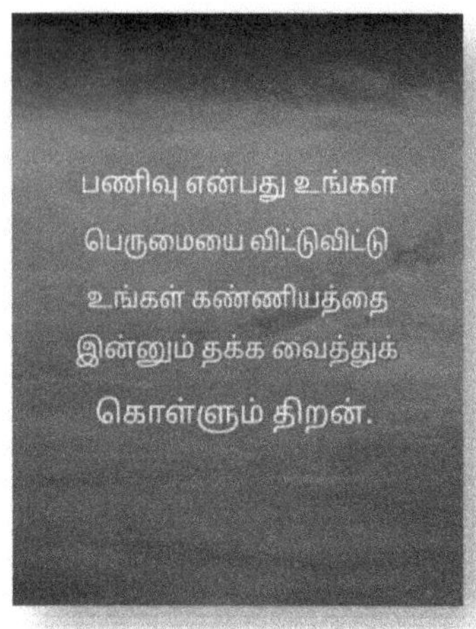

உருவாக்க உதவும். நாம் மற்றவர்களை மனத்தாழ்மையுடன் அணுகும் போது, நாம் தற்காப்புடன் இருப்பதற்கான வாய்ப்புகள் குறைவு மற்றும் திறம்பட செவிசாய்த்து தொடர்புகொள்வதற்கான வாய்ப்புகள் அதிகம்.

நன்றியுணர்வை வளர்க்கிறது: பணிவானது மற்றவர்களின் பங்களிப்புகளையும், நமக்குக் கொடுக்கப்பட்ட வாய்ப்புகளையும் பாராட்ட உதவுகிறது, இது அதிக நன்றியுணர்வு மற்றும் மனநிறைவுக்கு வழிவகுக்கும்.

தனிப்பட்ட வளர்ச்சியை ஊக்குவிக்கிறது: தாழ்மையான மக்கள் கருத்து மற்றும் விமர்சனங்களுக்கு மிகவும் திறந்தவர்கள், இது

தனிப்பட்ட வளர்ச்சி மற்றும் முன்னேற்றத்திற்கான பகுதிகளை அடையாளம் காண உதவும்.

> "இனிய உளவாக இன்னாத கூறல்
> கனிஇருப்பக் காய்கவர்ந் தற்று"

> \- அய்யன் திருவள்ளுவர்

இனிய சொற்கள் இருக்கும்போது அவற்றைவிட்டுக் கடுமையான சொற்களைக் கூறுதல் கனிகள் இருக்கும்போது காய்களைப் பறித்துத் தின்பதைப் போன்றது.

சேவையை ஊக்குவிக்கிறது: மனத்தாழ்மை பெரும்பாலும் மற்றவர்களுக்குச் சேவை செய்ய ஆசைப்படுவதற்கும் உலகில் நேர்மறையான தாக்கத்தை ஏற்படுத்துவதற்கும் வழிவகுக்கிறது. தாழ்மையானவர்கள் பெரும்பாலும் தனிப்பட்ட ஆதாயத்தைக் காட்டிலும் மற்றவர்களுக்கு உதவும் விருப்பத்தால் தூண்டப்படுகிறார்கள்.

ஒழுக்கம்

ஒழுக்கம் என்பது ஒரு தனிநபரின் நடத்தை மற்றும் முடிவெடுப்பதற்கு வழிகாட்டும் கொள்கைகள் மற்றும் மதிப்புகளின் தொகுப்பைக் குறிக்கிறது. எது சரி எது தவறு, நல்லது எது கெட்டது, மற்றும் ஒரு குறிப்பிட்ட சூழ்நிலையில் என்ன செய்ய வேண்டும் என்பதில் இது அக்கறை கொண்டுள்ளது. ஒழுக்கம் என்பது கலாச்சாரம், மதம்,

தனிப்பட்ட நம்பிக்கைகள் மற்றும் சமூக விதிமுறைகள் போன்ற பல்வேறு காரணிகளால் பாதிக்கப்படுகிறது.

'நன்றிக்கு வித்தாகும் நல்லொழுக்கம் தீயொழுக்கம் என்றும் இடும்பை தரும்"
- அய்யன் திருவள்ளுவர்

நல்லொழுக்கம் இன்பமான நல்வாழ்க்கைக்குக் காரணமாக இருக்கும்; தீயொழுக்கம் எப்போதும் துன்பத்தைக் கொடுக்கும்.

அதன் மையத்தில், ஒழுக்கம் என்பது மற்றவர்களை மரியாதையுடனும், இரக்கத்துடனும் நடத்துவதாகும். இது நமது செயல்களின் விளைவுகளைக் கருத்தில் கொண்டு, நமக்கும் மற்றவர்களுக்கும் நல்வாழ்வை மேம்படுத்தும் தேர்வுகளை மேற்கொள்வதை உள்ளடக்குகிறது. நேர்மை, இரக்கம் மற்றும் ஒருமைப்பாடு போன்ற நல்லொழுக்கங்களுடன் தொடர்புடையது.

இருப்பினும், அறநெறி எப்போதும் தெளிவாக இல்லை, மேலும் எது சரி எது தவறு என்பது பற்றி மக்கள் வெவ்வேறு கருத்துக்களைக் கொண்டிருக்கலாம். உதாரணமாக, ஒருவரின் உணர்வுகளைப் பாதுகாக்க பொய் சொல்வது தார்மீக ரீதியாக ஏற்றுக்கொள்ளத்தக்கது என்று சிலர் நம்பலாம், மற்றவர்கள் நேர்மைக்கு எப்போதும் முன்னுரிமை அளிக்க வேண்டும் என்று நம்பலாம். இத்தகைய வேறுபாடுகள் நெறிமுறை இக்கட்டான சூழ்நிலைகளுக்கு வழிவகுக்கும், அங்கு வெளிப்படையான சரியான அல்லது தவறான பதில் இல்லை.

நல்லிணக்கத்துடன் வாழ்வது

பகைமை இல்லாமல் வாழ்வது சிலருக்கு சவாலாக இருந்தாலும் கூட. பகைமை என்பது எதிர்மறை உணர்ச்சிகள் அல்லது பிறரிடம் நாம் மோதல், வெறுப்பு அல்லது விரோதத்தை அனுபவிக்கும் போது எழும் உணர்வுகள். இந்த உணர்வுகள் நமக்கு மன அழுத்தம், பதட்டம் மற்றும்

பதற்றத்தை ஏற்படுத்தும் உறவுகள் மற்றும் நமது உடல் மற்றும் மன ஆரோக்கியத்தை பாதிக்கலாம்.

மற்றவர்களின் காலணியில் நம்மை வைத்துக்கொண்டு, அவர்களின் முன்னோக்குகள் மற்றும் அனுபவங்களைப் புரிந்துகொள்ள முயற்சிப்பதன் மூலம், அவர்களிடம் அதிக இரக்க உணர்வு மற்றும் பச்சாதாபத்தை வளர்த்துக் கொள்ள முடியும். இது மற்றவர்களிடம் எதிர்மறையான உணர்வுகளையும் மனப்பான்மையையும் போக்க உதவும்.

புறநானூறு

யாதும் ஊரே; யாவரும் கேளிர்;

தீதும் நன்றும் பிறர் தர வாரா;

நோதலும் தணிதலும் அவற்றோரன்ன;

பெரியோரை வியத்தலும் இலமே;

சிறியோரை இகழ்தல் அதனினும் இலமே.

கணியன் பூங்குன்றனார்.

மன்னிப்பை வளர்த்துக் கொள்ளுங்கள்: மன்னிப்பு மற்றவர்களிடம் பகைமை மற்றும் வெறுப்பைக் குறைக்க ஒரு சக்திவாய்ந்த கருவியாக இருக்கும். நம்மை புண்படுத்தியவர்களை மன்னிப்பதன் மூலம், நம்மால் முடியும் எதிர்மறை உணர்ச்சிகளை விடுவித்து மேலும் நேர்மறை மற்றும் அமைதியான உறவை நோக்கி நகருங்கள்.

திறம்பட தொடர்பு கொள்ளுங்கள்: பயனுள்ள தகவல்தொடர்புகளைப் பயிற்சி செய்வதன் மூலம், மற்றவர்களிடம் தவறான புரிதல்கள், மோதல்கள் மற்றும் எதிர்மறை உணர்வுகளைக் குறைக்கலாம். சுறுசுறுப்பாகக் கேட்பது, நமது தேவைகள் மற்றும் உணர்ச்சிகளைத் தெளிவாக வெளிப்படுத்துவது மற்றும் மற்றவர்களின் பார்வைகளைப் புரிந்து கொள்ள முயல்வது மிகவும் நேர்மறையான மற்றும் மரியாதைக்குரிய உறவை உருவாக்க முடியும்.

என் தந்தையின் நல்லிணம்

"எளிய வாழ்க்கை" என்பது ஒன்றும் இல்லை, ஏனெனில் எனது தந்தையின் வாழ்க்கையும் அவரது வாழ்க்கைப் பயணமும் எளிமை, நேர்மை, பணிவு மற்றும் ஒழுக்கத்தை சார்ந்தது. அவர் எங்களுக்கு முழு சுதந்திரம் அளித்தார், மேலும் எங்கள் தனித்துவத்தை தக்க வைத்துக் கொள்ள எங்கள் பொறுப்புகளை கையாள அனுமதித்தார். அவர் ஒருபோதும் மற்றவர்களிடம் எதையும் கட்டாயப்படுத்தவில்லை, யாரையும் எந்த

வகையிலும் காயப்படுத்தவோ அல்லது தீங்கு செய்யவோ கூடாது என்று மட்டுமே விரும்பினார். நாங்கள் என் பெற்றோர் கொடுத்த சுதந்திரத்தை மதித்து செயல்பட்டோம் , ஒப்படைக்கப்பட்ட பொறுப்புகள் எங்களை நியாயமாக பயன்படுத்த வைத்தது.

தங்கம், பணம் அல்லது ஏதேனும் சொத்து உட்பட பொருள் சார்ந்த அதிக மதிப்புள்ள பொருட்களிலிருந்து அவர் விடுபட்டார். பழைய கடிதங்கள், பழைய தகவல் தொடர்பு ஆவணங்கள் மற்றும் பழைய கடவுச்சீட்டுகள் இருந்த ஒரு சிறிய இழுப்பறை தவிர வேறு எதையும் சேமித்து வைக்க அவருக்கு தனிப்பட்ட இடம் இருந்ததில்லை, அவரிடம் தனிப்பட்ட அதிக மதிப்புள்ள பொருட்கள் எதுவும் இல்லை அல்லது எந்த வடிவத்திலும் தங்கத்தை அணியவில்லை. சில காதி சட்டைகள், வேட்டிகள், துண்டுகள், இந்திய இரயில்வே கால அட்டவணை மற்றும் இந்து செய்தித்தாள்கள் மட்டுமே அவருக்குச் சொந்தமானவை. உலகெங்கிலும் உள்ள இடங்களை ஆராய கடிதங்கள் எழுதுவதில் ஆர்வமாக இருந்தார் (நோக்கியா உரிமையாளர் திரு. நோக்கியா, இந்தியாவின் ஜனாதிபதி அலுவலகம், பாங்க் ஆஃப் அமெரிக்கா மற்றும் ப்ளே பாய் உரிமையாளர் போன்றவர்களிடமிருந்தும் அவர் பதில்களைப் பெற்றார்.)

அடக்கம் அமரருள் உய்க்கும் அடங்காமை
ஆரிருள் உய்த்து விடும்
- அய்யன் திருவள்ளுவர்

அடக்கம் ஒருவனை உயர்த்தித் தேவருள் சேர்க்கும்;
அடக்கம் இல்லாதிருத்தல் பொல்லாத இருள் போன்ற
தீய வாழ்க்கையில் செலுத்திவிடும்.

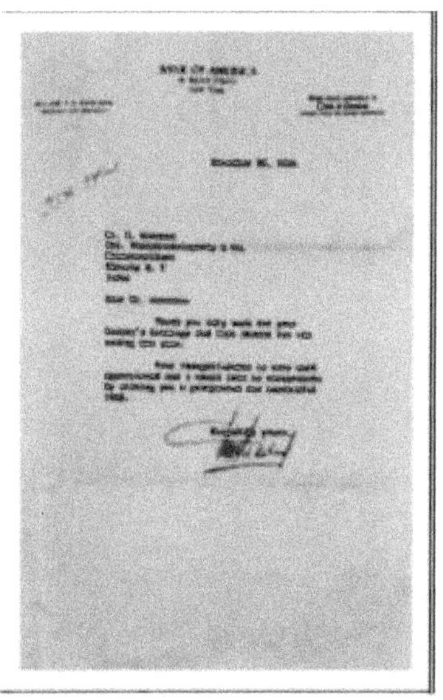

அனைத்தையும் வகைப்படுத்தி படித்தார். விளம்பர பத்திகள்,
ஆசிரியருக்கு எழுதிய கடிதங்கள் மற்றும் கிரிக்கெட்
விளையாடுதல் (செயின்ட் அந்தோனி கல்லூரி, கண்டி

கிரிக்கெட் அணி உறுப்பினர் 1930களில்).இந்தியாவில் தமிழ்நாடு, நாமக்கல் மாவட்டம், ஆண்டபுரத்தில் உள்ள விநாயகர் கோவில், 1920களில் எனது தாத்தாவால் கட்டப்பட்டு பிரதிஷ்டை செய்யப்பட்டது. என் தந்தையின் பிறந்த ஆசையை நிறைவேற்ற வேண்டும் என்று பின்னர் 1923ல் என் தந்தைக்கு கணேசன் என்று பெயர் சூட்டப்பட்டது. அவர் பயணம் செய்வதை விரும்பினார் மற்றும் ஒரு மஞ்ச பையுடன் எங்கு வேண்டுமானாலும் பயணம்

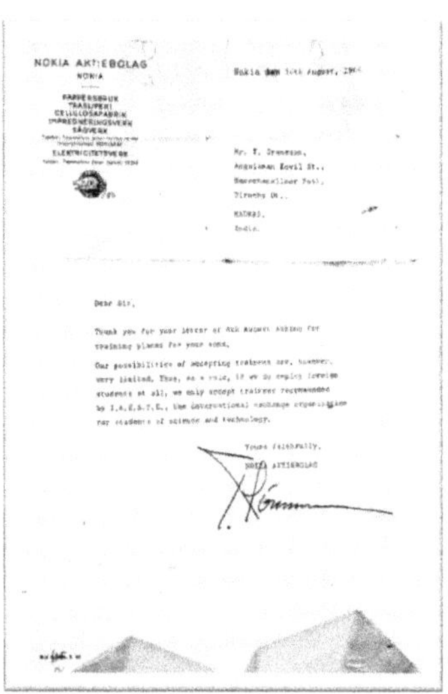

செய்தார், அதில் ஒரு சாதாரண துண்டு மற்றும் ஒரு பாக்கெட் கத்தி (பழங்களை வெட்டுவதற்கு) இருக்கும். அவர் ஒரு வெள்ளை காதி கதர் சட்டையை அணிந்திருந்தார், அவர் சட்டையையில் ஒரு மை பேனா, ஒரு சிறிய டைரி (தொடர்பு

விவரங்கள் உள்ளடக்கியது) மற்றும் கொஞ்சம் பணம் இருந்தது, ஆனால் பணப்பை இல்லை.

எனது தந்தையின் பணிவு, நேர்மை, ஒழுக்கம் ஆகியவற்றைப் பறைசாற்றும் மூன்று சம்பவங்கள் பின்வருமாறு:

பணிவு: பணிவு மிகுந்தவராக இருந்த அவர், தன் வாழ்நாளில் யாருடனும் பகைமை கொண்டதில்லை. அவரது வாழ்நாள் முழுவதும், அவர் யாரிடமும், எதிலும் வெறுப்பை வளர்த்ததில்லை, பகைமையை வளர்த்ததில்லை. மற்றவர்களுக்கு வசதியாக விஷயங்களைப் பெறுபவர் புரிந்துகொள்ளும் வகையில் மிக எளிமையாகப் பேசுவதை வழக்கமாகக் கொண்டிருந்தார். ஒரு நாள், எங்கள் வேலையைப் பற்றி தூரத்து உறவினரிடம் எங்களைப் பற்றிய அப்பாவின் கதையை நானும் என் அம்மாவும் கேட்பதற்க்கான சந்தர்ப்பம் கிடைத்தது. தூரத்து உறவினரின் கேள்விக்கு எங்கள் அப்பா கூரிய பதில் "மூத்த மகன் அரிசி தவிடு போல வியாபாரம் செய்கிறான், அடுத்தவன் கொதிகலன் நிறுவனத்தில் வேலை செய்கிறான் என்று சொல்கிறான். அடுத்தவர் ஒரு லாரி நிறுவனத்தில் வேலை செய்கிறார், கடைசி பையன் ஒரு நிறுவனத்தில் படிக்கிறார் என்று கூறுகிறார். அதைக் கேட்டவர் மிகவும் மகிழ்ச்சியடைந்தார் மற்றவர்களை விட சிறந்த நிலையில் அவரது மகன்கள் உள்ளனர் என்று.

பிறகு அந்த தூரத்து உறவினர் சொல்கிறார் "கவலைப்பட வேண்டியதில்லை, கொதிகலனில் வேலை செய்பவர் பின்னர்

சொந்தமாக டீ கடை வைத்து பிளைத்து கொள்வார். (உண்மையில், அவர் கொதிகலன்களைக் தயாரிக்கும் BHEL பொறியாளர்), அடுத்தவர் மெதுவாக முன்னெரி கிளீனர் அந்தஸ்தில் இருந்து ஒரு டிரக்கை சொந்தமாக வைத்திருப்பார், கடைசி பையன் தட்டச்சை கற்றுக்கொண்டு

நல்ல தட்டச்சராகி விடுவான்." உண்மை என்னவென்றால், முதலாவது ஒரு மொத்த அரிசி விற்பனை வியாபாரி, இரண்டாவது BHEL இல் பொறியாளராக பணிபுரிந்தார், மூன்றாவது பொறியாளராக அசோக் லேலண்டில் மேலாளராக பணிபுரிந்தார், நான் ஒரு முதன்மை கல்வி நிறுவனத்தில் முதுகலை படித்துக் கொண்டிருந்தேன்.

நேர்மை: ஒருமுறை, ஒரு பேருந்து உரிமையாளர் எனது தந்தையிடம் ஆசிர்வாதம் பெறுவதற்காக நீண்ட

தூரத்திலிருந்து என் வீட்டிற்கு வந்தார், ஏனெனில் உரிமையாளர் ஒரு சிறிய தொகையை மணியார்டர் மூலம்

பெற்றுக்கொண்டதின் விளைவாக. அது அப்பா வழக்கம் போல குலக்கோவிலுக்கு சென்ற பயணச்சம்பவம்.

இந்தியாவின் தமிழ்நாடு, கும்பகோணம் அருகே உள்ள வைத்தீஸ்வரன் கோவிலுக்கு அவரது வழக்கமான யாத்திரை பயணம். அந்த முறை கூட்டம் அதிகமாக இருந்ததால் சீர்காழியில் இருந்து வைத்தீஸ்வரன் கோவிலுக்கு செல்ல பஸ்

டிக்கெட் எடுக்க முடியாத சூழ் நிலைக்கு தள்ளப்பட்டார்.இருப்பினும், அவர் தனியார் பேருந்து நிறுவனத்தின் பெயரை நினைவுகொண்டு, டிக்கெட் செலுத்துவதற்கான பிற விவரங்களைக் கண்டறிந்து, பேருந்து நிறுவனத்தின் உரிமையாளருக்கு மணியார்டர் மூலம் பணத்தை அனுப்பினார். என் தந்தையின் எளிமையும் நேர்மையும் பேருந்து நிறுவனத்தின் உரிமையாளரை வியக்க வைத்தது.

ஒழுக்கம்: நான் பத்து வயதாக இருந்தபோது, ஆற்றங்கரையில் கைவிடப்பட்ட ஒரு ஜோடி காலனியைக் கண்டேன், அது எனக்கு மிகவும் பொருத்தமானது என்று மற்றவர்கள் கூறி அதை அணிந்துகொண்டு செல்லச் சொன்னார்கள். நானும் அதை அணிந்துகொண்டு வீட்டிர்க்கு வந்தேன். நாங்கள் அனைவரும் மதிய உணவிற்கு அமரும்போது அம்மா காலனியைப் பற்றிப் பேசிக் கொண்டிருந்தார், அப்பா கோபமடைந்தார், உடனே போய் காலனியை எடுத்த இடத்தில் வைத்து விடுமாறு கூறினார். உணவை முடித்துவிட்டு காலனிகளை வைத்துவிட்டு வரட்டும் என்று அம்மா அப்போது சொல்லிக்கொண்டு இருந்தார். மறுபுறம், என் தந்தை, நான் மதிய உணவு சாப்பிடுவதற்கு முன்பு காலனியை நான் எடுத்த இடத்திலேயே திருப்பி வைக்குமாறு வற்புறுத்தினார். இழந்த காலனிக்காக துன்பப்படுவனின் மன நிலையை நினைத்து நான் விரைவாக போக வேண்டும் என்றார். நான் உணவைத் தொடவிருந்தேன், ஆனால் எழுந்து சென்று அதே இடத்தில்

காலனியை ஆற்றின் படிக்கட்டில் வைத்து விட்டு நடந்து வீட்டிற்கு வந்தேன். இந்த சிறிய சம்பவம் எனக்கு சரியான மதிப்பைக் கற்றுக் கொடுத்தது. எனது அன்றாட வாழ்வில் அவருடைய கொள்கைகளையும் ஒழுக்கத்தையும் பின்பற்ற முயற்சித்தேன்.

4. கல்வி மற்றும் குழந்தை வளர்ப்பு

கல்வி என்பது முறையான கல்வி, முறைசாரா கல்வி மற்றும் அனுபவ கற்றல் உள்ளிட்ட பல்வேறு வகையான கற்றல் மூலம் அறிவு, திறன்கள், மதிப்புகள், நம்பிக்கைகள் மற்றும் பழக்கவழக்கங்களைப் பெறுவதற்கான செயல்முறையாகும். தனிநபர்கள், சமூகங்கள் மற்றும் சமூகங்களின் வளர்ச்சியில் கல்வி மிகவும் முக்கியமானது, ஏனெனில் இது வாழ்க்கையில் வெற்றிபெற மற்றும் அவர்களின் சமூகங்களின் முன்னேற்றத்திற்கு பங்களிப்பதற்கு தேவையான கருவிகளுடன் தனிநபர்களை சித்தப்படுத்துகிறது.

கைப்பொருள் தன்னின்
மெய்ப்பொருள் கல்வி

கைப்பொருளை விட
மெய்யான பொருள்
கல்வியே

கொன்றைவேந்தன்

தனிப்பட்ட மற்றும் சமூக வளர்ச்சிக்கு கூடுதலாக, பொருளாதார வளர்ச்சிக்கு கல்வி அவசியம். உற்பத்தி பொருளாதார நடவடிக்கைகளில் ஈடுபடுவதற்கும், செல்வத்தை உருவாக்குவதற்கும், அவர்களின் சமூகங்களின் வளர்ச்சிக்கு பங்களிப்பதற்கும் தேவையான திறன்கள் மற்றும் அறிவை இது தனிநபர்களுக்கு வழங்குகிறது. பொருளாதார வளர்ச்சி மற்றும் மேம்பாட்டிற்கு முக்கியமான தொழில்நுட்ப முன்னேற்றங்கள் மற்றும் அறிவியல் ஆராய்ச்சிகளையும் கல்வி ஊக்குவிக்கிறது.

முறையான கல்வி, முறைசாரா கல்வி மற்றும் அனுபவ கற்றல் உள்ளிட்ட பல்வேறு வகையான கல்விகள் உள்ளன. முறையான கல்வி என்பது பள்ளிகள், கல்லூரிகள் மற்றும் பல்கலைக்கழகங்களில் நடைபெறும் கட்டமைக்கப்பட்ட கற்றலைக் குறிக்கிறது. முறைசாரா கல்வி என்பது வாசிப்பு, சமூக தொடர்புகள் மற்றும் நடைமுறை அனுபவங்கள் போன்ற முறையான கல்வி அமைப்புகளுக்கு வெளியே நடைபெறும் கற்றலைக் குறிக்கிறது. அனுபவ கற்றல் என்பது நேரடி அனுபவம் மற்றும் பிரதிபலிப்பு மூலம் கற்றலை உள்ளடக்கியது, அதாவது இன்டர்ன்ஷிப், பயிற்சி மற்றும் சேவை கற்றல்.

கல்வியின் கவனம்

நல்ல தகவல் தொடர்பு. தாய்மொழி தொடர்பு மற்றும் உலகளாவிய தொடர்பு மொழி

கலாச்சாரம், விருந்தோம்பல், தனிப்பட்ட சுகாதாரம் மற்றும் ஆரோக்கியம் பற்றிய ஆய்வு; யோகா மற்றும் தியானம்; ஆரோக்கியம் மற்றும் சமூகப் பொறுப்புகள்; பொது நடத்தை; மற்றும் சாலை மற்றும் போக்குவரத்து பாதுகாப்பு

புவி வெப்பமடைதலைப் புரிந்துகொள்வது மற்றும் அனைத்து வகையான இயற்கை வளங்களையும் அனைத்து மட்டங்களிலும் பாதுகாத்தல்

உலகளாவிய புவியியல், சுற்றுச்சூழல், வளங்கள், ஆறுகள், விலங்குகள், மரங்கள் மற்றும் இயற்கையின் அடிப்படை அறிவியல்

இணக்கமான சகவாழ்வு போன்ற விஷயங்களைக் குழந்தைகளுக்குக் கற்பிக்க வேண்டும் - எப்படி இணக்கமாக வாழ வேண்டும், யாரையும் புண்படுத்தவோ வெறுக்கவோ கூடாது. அடிப்படை சுகாதாரம் மற்றும் பொது இடங்களில் எவ்வாறு நடந்து கொள்ள வேண்டும், பொது சொத்துக்களை எவ்வாறு பயன்படுத்துவது மற்றும் பொது சொத்துக்கள் மற்றும் இயற்கை வளங்களை எவ்வாறு பாதுகாப்பது

அடிப்படை ஆரோக்கியம் மற்றும் சுகாதாரம், தீ பாதுகாப்பு, சாலைப் பாதுகாப்பு, சகிப்புத்தன்மை, இரக்கம், உயிரியல் நிகழ்வுகளைப் புரிந்துகொள்வது மற்றும் கொடுக்கப்பட்ட பணியை எவ்வாறு எளிதாக்குவது உளவியல் நடத்தைகளை சமாளித்தல் மற்றும் வடிவமைத்தல். பாடங்கள் படைப்பாற்றலில் கவனம் செலுத்தி புதிய பரிமாணங்களைக் கொண்டு வர வேண்டும். புத்தகங்கள் தங்கள் கருத்தை கட்டாயப்படுத்தக்கூடாது; மாறாக, அவர்கள் இந்த விஷயத்தில் புதிய கண்ணோட்டத்தை உருவாக்க வேண்டும். இப்போது நாம் பெரும்பாலானவற்றைக் கற்றுக்கொள்கிறோம் எக்ஸ், ஒய் மற்றும் இசட் போன்றவர்களின் சொல்லப்படுவதைப் பற்றி, ஆனால் ஆர்வமுள்ள நபர்களின் புதிய எண்ணங்களைப் பற்றி நாம் அறியத் தவறவிடுகிறோம். நிபுணர்களின் கருத்துக்கள் வரவேற்கப்படுகின்றன, ஆனால் அதே சமயம், அவர்களின்

களத்திற்கு வெளியே, சாமானியர்களின் பார்வைகள் இந்த விஷயத்திற்கு எதிர்பாராத புதிய முன்னோக்கைக் கொடுக்கும். ஏனெனில் ஒரு சாமானியரின் பார்வை வித்தியாசமாகவும் புதியதாகவும் இருக்கும்.

கல்வி என்பது ஒரு தனிநபரின் ஆன்மா மற்றும் உடலுடன் தொடங்குகிறது, பின்னர் சுய ஒழுக்கம் மற்றும் ஆரோக்கியமான வாழ்க்கை முறையுடன் மற்ற பாடங்களுக்கும் விரிவடைகிறது, மேலும் சக மனிதனையும் அனைத்து உயிரினங்களையும் மதிக்கிறது.

மூளை வளர்ச்சி

ஜப்பானிய பள்ளிகளில், மாணவர்கள் 4 ஆம் வகுப்பை அடையும் வரை எந்தத் தேர்வையும் பெறுவதில்லை. ஏன் என்றால், 2 வருட பள்ளியின் குறிக்கோள், நல்ல குணத்தை நிலைநாட்ட குழந்தையின் அறிவை மதிப்பிடுவது அல்ல. ஜப்பானிய அறிஞர்கள் அறிவுக்கு முன் பழக்கவழக்கங்களைக் கற்பிக்கிறார்கள். இதை உலகம் முழுவதும் நடைமுறைப்படுத்தும் சாத்தியக் கூறுகளை ஆராயப்படவேண்டும்.

இளமைப் பருவம், பின்னர் முதிர்வயது முழுவதும் மாறுவது தொடர்கிறது. இது நரம்பு இணைப்புகளை உருவாக்குதல், நரம்பியல் பாதைகளின் வளர்ச்சி மற்றும் புதிய திறன்கள்

மற்றும் திறன்களைப் பெறுதல் ஆகியவற்றை உள்ளடக்கியது.பள்ளி நிலை வரை அடிப்படை பாட அறிவு கற்பிக்கப்பட உள்ளது. கல்லூரி படிப்பைத் தொடர்ந்து, மாணவர்கள் தங்கள் தனிப்பட்ட அறிவு மற்றும் சிந்தனை செயல்முறைகள் மற்றும் பாடத்தில் ஒரு தனிநபரின் பார்வையில் கவனம் செலுத்த வேண்டும், அதன் ஆசிரியர்கள் உலகிற்கு பயனுள்ள உற்பத்தித் திறனைக் கண்காணித்து அவரது திறன்களை மேம்படுத்துவார்கள். கல்லூரி மாணவர்களை கட்டாயப்படுத்தக் கூடாது

மாணவர்கள் தங்கள் சொந்தக் கண்ணோட்டத்தில் பகுப்பாய்வு செய்து பேச வேண்டும்.

மூளை வளர்ச்சியை பாதிக்கும் சில முக்கியமான காரணிகள் இங்கே:

மரபியல்: மூளை வளர்ச்சியில் மரபணுக்கள் முக்கிய பங்கு வகிக்கின்றன, நரம்பியல் இணைப்புகளின் உருவாக்கம் மற்றும் குறிப்பிட்ட மூளை செயல்பாடுகளின் வெளிப்பாடு ஆகியவற்றை பாதிக்கிறது.

சுற்றுச்சூழல்: ஊட்டச்சத்து, நச்சுகளின் வெளிப்பாடு, மன அழுத்தம் மற்றும் ஆரம்பகால வாழ்க்கை அனுபவங்கள் போன்ற சுற்றுச்சூழல் காரணிகள் அனைத்தும் மூளை வளர்ச்சியை பாதிக்கலாம். பாதுகாப்பான, வளர்ப்பு மற்றும் தூண்டுதல் சூழலை வழங்குவது ஆரோக்கியமான மூளை வளர்ச்சிக்கு உதவும்.

ஆரம்ப அனுபவங்கள்: வாழ்க்கையின் முதல் சில வருடங்கள் மூளை வளர்ச்சிக்கு முக்கியமானவை, இந்தக் காலகட்டத்தின் அனுபவங்கள் மூளையின் கட்டமைப்பை வடிவமைக்கின்றன மற்றும் நீடித்திருக்கக்கூடிய நரம்பியல் பாதைகளை நிறுவுகின்றன.

அறிவாற்றல், சமூக மற்றும் உணர்ச்சி வளர்ச்சியில் விளைவுகள்.

உடல் செயல்பாடு: வழக்கமான உடல் செயல்பாடு, அறிவாற்றல் செயல்பாட்டை மேம்படுத்துவதன் மூலமும், நரம்பியல் பாதைகளின் வளர்ச்சியை ஆதரிப்பதன் மூலமும் மூளை வளர்ச்சியை ஆதரிக்கிறது.

வாழ்க்கையில் ஏற்படும்

பெரும்பாலான பிரச்சினைகளுக்கு

இரண்டு காரணங்கள் உள்ளன

நாம் சிந்திக்காமல்
செயல்படுகிறோம்

அல்லது

செயல்படாமல்
சிந்திக்கிறோம்.

முடிவில், மூளை வளர்ச்சி என்பது ஒரு சிக்கலான செயல்முறையாகும், இது மரபியல், சூழல், ஆரம்ப அனுபவங்கள், கற்றல் மற்றும் உடல் செயல்பாடு உள்ளிட்ட பல்வேறு காரணிகளால் பாதிக்கப்படுகிறது. பாதுகாப்பான, வளர்ப்பு மற்றும் தூண்டுதல் சூழலை வழங்குதல் மற்றும் கற்றல் மற்றும் உடல் செயல்பாடுகளை ஊக்குவிக்கும் செயல்களில் ஈடுபடுதல் ஆகியவை ஆரோக்கியமான மூளை வளர்ச்சிக்கு உதவும்.

சிந்தனைப் பள்ளி படைப்பாற்றலை ஊக்குவிக்க வேண்டும், பாடத்தில் புதிய பரிமாணங்களைக் கொண்டு வர வேண்டும், கொடுக்கப்பட்ட பணியை எவ்வாறு எளிதாக்குவது என்பதைக் கற்பிக்க வேண்டும். இப்போது நாம் பெரும்பாலான நேரத்தை மற்றவர்களின் படைப்புகளில் கவனம் செலுத்துகிறோம், மேலும் எங்கள் சொந்த பங்களிப்பு மற்றும் உருவாக்கம் பற்றி எங்களுக்குத் தெரியாது. நிபுணர் கோட்பாடு நன்கு அறியப்பட்டதாகும், ஆனால் களத்திற்கு வெளியே இருந்து ஒரு சாதாரண மனிதனின் கண்ணோட்டம் இந்த விஷயத்திற்கு எதிர்பாராத மதிப்புமிக்க பரிமாணத்தை சேர்க்கும்.

பெற்றோரின் கவனிப்பு நண்பர்களின் கவனிப்பு போலவும், ஆசிரியர் கவனிப்பு வழிகாட்டும் கவனிப்பு போலவும் இருக்க வேண்டும்.

0 முதல் 5 ஆண்டுகள் வரை உடல்நலம் மற்றும் அடிப்படை அறிவு

6 முதல் 12 வயது வரை உடல்நலம் மற்றும் சுகாதாரம், ஒழுக்க நெறிகள், மொழி மற்றும் விளையாட்டு மற்றும் விவாதம்

12 முதல் 18 வயதுக்குட்பட்டவர்கள் வாரந்தோறும் பெற்றோர்கள் மற்றும் ஆசிரியர்கள் அவர்களின் கருத்துகளையும் விருப்பங்களையும் கேட்க வேண்டும்.

50% பெற்றோர்களும் 50% ஆசிரியர்களும் சமூக நடத்தையில் ஈடுபடுகின்றனர்.

அவர்களின் பார்வை மற்றும் ஆசைகள் பற்றிய ஆறு வருட கருத்துக்கள், எந்த மட்டத்திலும் எதிர்பாராத மாறுபாடுகளைக் கவனிக்க அவ்வப்போது பதிவுசெய்து கண்காணிக்கப்பட வேண்டும். அவர்களின் விறும்பியதை வாரந்தோறும் குறைந்தபட்சம் ஐந்து நிமிடங்களுக்கு கேட்பது, மேலும் ஒரு வாரத்திற்கு ஒரு பக்கம் தங்கள் கருத்துக்களையும் விருப்பங்களையும் பிரத்தியேகமான "விருப்ப படிவ நோட்டில்" குறித்து வரவேண்டும். வாரத்திற்கு ஒரு பக்கம் ஒரு வருடத்தில் 52 பக்கங்களை எடுக்கும். இதன் விளைவாக, 18 வயதில், முந்தைய ஆறு ஆண்டுகளில் அவர்களின் எண்ணங்கள் மற்றும் ஆசைகள் 6 * 52 = 312 பக்கங்களை பிரத்தியேகமான "விருப்ப படிவ நோட்டில்" நிரப்பும். 12 வயது முதல் 18 வயது வரையிலான பிரத்தியேகமான "விருப்ப படிவ நோட்டில்" 312 பக்கங்களின் சொந்த கருத்துக்கள் மற்றும் விருப்பங்களின் அடிப்படையில் பெற்றோர்கள் மற்றும் வாழ்க்கை முறை ஆலோசகர்களுடன் அவர்களின் விருப்பங்களை நிறைவேற்ற விரும்பும் வாழ்க்கை முறையை வடிவமைக்க வேண்டும்.

வாழ்க்கை முறை ஆலோசகரின் பங்கு:

12 முதல் 18 ஆண்டுகள்: விரும்பிய கல்வி மற்றும் எதிர் கால என்னங்கள்.

19 முதல் 22 ஆண்டுகள்: விரும்பிய தொழில் பாதை

23 முதல் 30 ஆண்டுகள்: வாழ்க்கைத் துணை, வாழ்க்கை முறை, உடல்நலம் மற்றும் செல்வ மேலாண்மை அனைத்தும் விரும்பத்தக்க நிலைப்படுத்தல்.

31 முதல் 40 வயது வரை: வீடு, உறவுகள் மற்றும் சந்ததி நல்வாழ்வு போன்ற விரும்பிய நோக்கங்கள்.

41 முதல் 50 ஆண்டுகள்: விரும்பிய குடும்ப உறவுகள், சமூக உறவுகள் மற்றும் ஓய்வூதிய முன்னேற்றம்

51 முதல் 60 வயது வரை: செல்வம் மற்றும் ஆரோக்கிய இலக்குகள், வாழ்க்கை முறை மாற்றங்கள் மற்றும் ஓய்வு

61 மற்றும் அதற்கு மேல்: விரும்பும் ஆசை திட்டம்: ஆரோக்கியம், செல்வம், ஆன்மா மற்றும் முழுமையான வாழ்க்கை மேலாண்மை

ஆசிரியர்கள் செய்ய வேண்டியவை மற்றும்

செய்யக்கூடாதவைகள்

நேர்மறையான மற்றும் உள்ளடக்கிய வகுப்பறை சூழலை உருவாக்குங்கள். உங்கள் வகுப்பறையில் அனைத்து

மாணவர்களும் வரவேற்கப்படுவதையும் மதிப்புமிக்கவர்களாகவும் இருப்பதை உறுதிப்படுத்திக் கொள்ளுங்கள்.

உங்கள் மாணவர்களுடன் உறவுகளை உருவாக்குங்கள். உங்கள் மாணவர்களை தனிப்பட்ட அளவில் தெரிந்துகொள்வது அவர்களின் தேவைகளையும் ஆர்வங்களையும் நன்கு புரிந்துகொள்ள உதவும்.

வெவ்வேறு கற்றல் பாணிகளைப் பூர்த்தி செய்ய, பல்வேறு கற்பித்தல் முறைகளைப் பயன்படுத்தவும்-காட்சி, செவிவழி மற்றும் கற்றல் செயல்பாடுகளின் கலவையாகும்.

மாணவர் ஈடுபாட்டை ஊக்குவிக்கவும்: உங்கள் மாணவர்களை கேள்விகளைக் கேட்கவும், விவாதங்களில் பங்கேற்கவும், அவர்களின் சொந்தக் கற்றலில் செயலில் பங்கு வகிக்கவும் ஊக்குவிக்கவும்.

சரியான நேரத்தில் மற்றும் ஆக்கபூர்வமான கருத்துக்களை வழங்கவும். உங்கள் மாணவர்களுக்கு அவர்களின் பணி குறித்து சரியான நேரத்தில் கருத்துக்களை வழங்கவும், மேலும் அவர்கள் மேம்படுத்த உதவும் ஆக்கபூர்வமான விமர்சனங்களை வழங்குவதை உறுதி செய்யவும்.

தற்போதைய கல்விப் போக்குகள் மற்றும் ஆராய்ச்சியுடன் புதுப்பித்த நிலையில் இருங்கள். கல்வியின் சமீபத்திய

முன்னேற்றங்கள் குறித்து தொடர்ந்து அறிந்து கொண்டு ஆசிரியராக வளருங்கள்.

பிரச்சினைகள்
நம்மை செதுக்க
வருவதாக நினைத்து
எதிர் கொள்ளுங்கள்
சிதைந்து போகாதீர்கள்

பெற்றோருடன் திறம்பட தொடர்பு கொள்ளுங்கள்; அவர்களின் குழந்தையின் முன்னேற்றம் மற்றும் உங்களுக்கு ஏதேனும் கவலைகள் இருந்தால் அவர்களுக்குத் தெரிவிக்கவும்.

சக ஊழியர்களுடன் ஒத்துழைக்கவும். யோசனைகள் மற்றும் ஆதாரங்களைப் பகிர்ந்துகொள்வதற்கும், மேலும் ஒருங்கிணைந்த கல்வித் திட்டத்தை உருவாக்குவதற்கும் மற்ற ஆசிரியர்களுடன் இணைந்து பணியாற்றுங்கள்.

விமர்சன சிந்தனையை ஊக்குவிக்கவும். திறந்த கேள்விகளைக் கேட்பதன் மூலமும், தகவல்களை பகுப்பாய்வு செய்து மதிப்பிடுவதற்கும் ஊக்குவிப்பதன் மூலம் உங்கள் மாணவர்களுக்கு விமர்சன சிந்தனை திறன்களை வளர்க்க உதவுங்கள்.

மாதிரி நேர்மறை நடத்தை மற்றும் அணுகுமுறைகள்; மரியாதை, இரக்கம் மற்றும் கற்றல் அன்பை

மாதிரியாக்குவதன் மூலம் உங்கள் மாணவர்களுக்கு ஒரு நேர்மறையான முன்மாதிரியை அமைக்கவும்.

செய்யக்கூடாதவை:

வேறுபாடு காட்டாத; அனைத்து மாணவர்களையும் சமமாக, நியாயமாக நடத்துங்கள் மற்றும் எந்தவொரு குறிப்பிட்ட மாணவருக்கும் விருப்பம் காட்டுவதைத் தவிர்க்கவும்.

அதிகமாக விமர்சிக்க வேண்டாம்; மாணவர்களின் சுயமரியாதையை கெடுக்கும் விதத்தில் விமர்சிப்பதை தவிர்க்கவும்.

மாணவர்களை இழிவுபடுத்தும் கிண்டல் அல்லது நகைச்சுவையைப் பயன்படுத்த வேண்டாம்; உங்கள் தொனியில் கவனமாக இருங்கள் மற்றும் புண்படுத்தக்கூடியதாகக் கருதப்படும் நகைச்சுவையைப் பயன்படுத்துவதைத் தவிர்க்கவும்.

உங்கள் சொந்த விறுப்பு வெறுப்பு அல்லது தப்பெண்ணங்கள் உங்கள் கற்பித்தலை பாதிக்க விடாதீர்கள்; உங்கள் சொந்த சார்புகளை அறிந்து அவற்றைக் கடக்க வேலை செய்யுங்கள்.

அதிக வீட்டுப்பாடம் கொடுக்க வேண்டாம்; வகுப்பறைக்கு வெளியே உங்கள் மாணவர்களின் பணிச்சுமையைக்

கவனத்தில் கொள்ளுங்கள் மற்றும் அதிக வீட்டுப்பாடம் கொடுப்பதைத் தவிர்க்கவும்.

கள்விக்காக போராடும் மாணவர்களின் அறிகுறிகளைப் புறக்கணிக்காதீர்கள்; ஒரு மாணவர் போராடுகிறார் என்பதற்கான அறிகுறிகளுடன் ஒத்துப்போகவும், அவர்கள் வெற்றிபெற உதவுவதற்கு ஆதரவையும் ஆதாரங்களையும் வழங்கவும்.

மாணவர்களின் கவலைகளை நிராகரிக்க வேண்டாம்; மாணவர்களின் கவலைகளை தீவிரமாக எடுத்துக் கொண்டு, எழும் எந்தப் பிரச்சினையையும் தீர்க்க வேலை செய்யுங்கள்.தேர்வு மதிப்பெண்களை விட கற்றல் மற்றும் வளர்ச்சிக்கு முன்னுரிமை கொடுங்கள். உதவி கேட்க பயப்பட வேண்டாம்; தேவைப்படும்போது சக ஊழியர்கள், நிர்வாகிகள் மற்றும் பிற கல்வி வல்லுநர்களிடமிருந்து வழிகாட்டுதல் மற்றும் ஆதரவைப் பெறவும்.

குழந்தை வளர்ப்பு என்பது குழந்தைகளுக்கு வழிகாட்டுதல் மற்றும் ஆதரவை வழங்குவதை உள்ளடக்கியது என்றாலும், அவர்களுக்கு ஆதரவளிப்பது தீங்கு விளைவிக்கும் மற்றும் அவமரியாதையாக இருக்கும். இது மற்ற நபரை இழிவுபடுத்தும், அவமரியாதை அல்லது சக்தியற்றதாக உணரலாம், இது உறவுகளை சேதப்படுத்தும்.

பெற்றோர்கள் தங்கள் குழந்தைகளுடன் மரியாதையுடனும் பாசத்துடனும் தொடர்புகொள்வது முக்கியம், அவர்களின் சொந்த எண்ணங்கள், உணர்வுகள் மற்றும் முன்னோக்குகளுடன் அவர்களை தனிநபர்களாகக் கருதுங்கள். கேட்பது, நேர்மையாகவும் வெளிப்படையாகவும் பேசுதல் மற்றும் அவர்களின் குழந்தையின் எண்ணங்கள் மற்றும் உணர்வுகளை அங்கீகரிப்பது ஆகியவை அடங்கும்.

திறமையான பெற்றோருக்குரியது, குழந்தைகள் வளரவும் பொறுப்பானவர்களாகவும் வளர உதவுவதற்கு அன்பு, வழிகாட்டுதல் மற்றும் ஆதரவை வழங்குவதை உள்ளடக்கியது. இது ஒரு சவாலான மற்றும் பலனளிக்கும் பொறுப்பாகும், இதற்கு பொறுமை, நிலைத்தன்மை மற்றும் கற்றுக்கொள்வதற்கும் மாற்றியமைப்பதற்கும் விருப்பம் தேவை

நினைவில் கொள்ளுங்கள், ஒவ்வொரு குழந்தையும் வித்தியாசமானது, ஒரு குழந்தைக்கு வேலை செய்வது

மற்றொரு குழந்தைக்கு வேலை செய்யாது. ஒரு குழந்தையை வளர்ப்பதற்கான பயணத்தில் நீங்கள் செல்லும்போது நெகிழ்வான, பொறுமை மற்றும் புரிதலுடன் இருப்பது முக்கியம். ஆதரவளிப்பது, மறுபுறம், ஒரு நபர் பேசும் அல்லது மற்றொருவரிடம் கீழ்த்தரமான அல்லது உயர்ந்த முறையில் நடந்துகொள்ளும் அணுகுமுறை அல்லது நடத்தையைக் குறிக்கிறது.

நபர். ஒருவரை அவர் தாழ்ந்தவராகவோ அல்லது புரிந்து கொள்ளவோ அல்லது எதையாவது செய்யவோ முடியாதவராகவோ கருதுவது இதில் அடங்கும்.

விதை, பூ, பழம் போன்ற அதே முடிவுகளைப் பெற உங்கள் குழந்தைகள் மீது "மர முறை" வாழ்க்கைச் சுழற்சியை திணிக்காதீர்கள். நீங்கள் விரும்புவதை உங்கள் பிள்ளை தருவார் என்று எதிர்பார்க்காதீர்கள். அந்த வகையில், விலங்குகள் தங்கள் சந்ததிகளைக் கையாள்வதில் சிறந்தவை, ஏனெனில் அவை குறுகிய காலத்திற்கு அவற்றைக் காத்து, பின்னர் அவை தாங்களாகவே உலகத்தை ஆராய்ந்து தங்கள் விருப்பங்களுக்கு ஏற்ப எல்லாவற்றையும் செய்கின்றன.

தீர்ப்பு இல்லாமல் கவனிக்கும் திறன் என்பது புத்திசாலித்தனத்தின் மிக உயர்ந்த வடிவம். எல்லா நேரங்களிலும் தங்கள் குழந்தைகளைக் கட்டுப்படுத்தவோ அல்லது கண்காணிக்கவோ பெற்றோர்கள் இல்லை. சுதந்திரம்

மக்களை பலப்படுத்துகிறது, ஏனென்றால் அது நல்ல மற்றும் கெட்ட விஷயங்களைக் கற்றுக்கொள்ள அனுமதிக்கிறது.

எல்லா நேரத்திலும் சிறந்த சூழ்நிலை, வெற்றி, உயர் தரங்கள், உயர் பதவிகள் போன்றவை, ஆனால் இறுதியில் மோசமான சூழ்நிலையின் மறுபக்கத்தை எதிர்கொள்ளும் யதார்த்தத்தை தவறவிட்டார்.

குழந்தை வளர்ப்பு என்பது ஒரு காவலரைப் போல செயல்படுவது அல்ல, ஆனால் குழந்தைகள் தங்கள் கருத்துகள், விருப்பங்கள் மற்றும் வெறுப்புகளை சுதந்திரமாக பரிமாறிக்கொள்ள வசதியாக இருப்பதை உறுதி செய்வது ஆகும். மேலும் குழந்தையின் மனநிலைக்கு ஏற்ப பயனுள்ள தகவல்தொடர்பு மூலம் வளர்க்கவும்.

அடிப்பதை விடுங்கள், குழந்தை வளர்சிக்கு

என் மகனின் வளர்ப்புக்கும் அறிவுப்பூர்வமான முறையைத்தான் பயன்படுத்தினேன். எப்போதெல்லாம் அவர் கேட்கவில்லையோ அல்லது கீழ்ப்படியவில்லையோ, நான் அவரை எருமையுடன் ஒப்பிட்டு, யாராவது ஒருவர் தடியால் அடித்தால் மட்டுமே எருமை சொல்வதை செய்யும் அல்லது கீழ்ப்படியாது என்று விளக்குவேன். *(இருப்பினும், எருமைகள் உட்பட எந்த விலங்குகளையும் மனிதர்கள் துன்புறுத்தவோ, அடிக்கவோ கூடாது, ஏனெனில் அவை இயற்கையான இணக்கத்துடன் வாழும் சமூக விலங்குகள்.)* பிறகு, நான் அவரை ஒரு அறிவார்ந்த பையன்

என்று கூறுவேன், அதை நம் அறிவுரைகளைப் புரிந்துகொண்டு பின்பற்ற முடியும் என்பதை நினைவூட்டுவேன். இருப்பினும், அவர் அவ்வாறு செய்யாவிட்டால், துரதிர்ஷ்டவசமாக, நீ ஒரு எருமையைப் போல ஆகிவிடுவாய் என கூறுவேன் மேலும் எல்லோரும் உன்னை எருமை என்று அடிப்பார்கள". அவன் தவறு செய்யும் போதெல்லாம், "நீ எருமையா நல்ல பையனா?" என்று ஒரு கேள்வி கேட்பேன். உடனே, "நான் எருமை இல்லை, நல்ல பையன், அதைச் சரியாகச் செய்வேன" என்று பதிலளிப்பார். படிப்படியாக, பல ஆண்டுகளாக, என் மகனின் படிப்பின் மீதான அணுகுமுறை மற்றும் மற்றவர்கள் மீதான மரியாதை கணிசமாக மாறியது. எங்கள் பெற்றோரின் ஆசிர்வாதமே அவரை வாழ்க்கையில் சிறப்பாகச் செய்யத் தூண்டியது.

இரண்டு வயதில், என் மகன் கணினியியில் ஈர்க்கப்பட்டான், நான் அவனை மேற்பார்வையின்றி பயன்படுத்த அனுமதித்தேன், மின் சாக்கெட்டுகள் அல்லது கணினி பேனலின் பின்பகுதியைத் தொடாதது போன்ற செய்ய செய்யக்கூடாதவைகளை மற்றும் செய்ய வேண்டியவைகளை விளக்கினேன். தவறுகளும் திறுத்தல் முறையில் பல விஷயங்களைத் தானே கற்றுக்கொண்ட அவர், சிறு வயதிலேயே கணினியில் வல்லவராகிவிட்டார். ஒரு சுதந்திர மனம் படைப்பாற்றலை வளர்க்கிறது மற்றும் அனைத்து அம்சங்களிலும் சிறந்து விளங்க அனுமதிக்கிறது, அதேசமயம் கட்டுப்படுத்தப்பட்ட மனம் கடினமானது மற்றும் சிறந்து விளங்கத் தவறிவிடும்.

எனவே, எல்லையற்ற சாத்தியக்கூறுகளை அனுமதிக்கும் வகையில், அவர்களின் கற்பனையை ஆராய்வதற்காக, வரையறுக்கப்பட்ட கட்டுப்பாடுகளுடன் நம் குழந்தைகளை சுதந்திரமாக சிந்திக்க, செயல்பட அனுமதிக்க வேண்டும்.

முடிவில், பெற்றோருக்குரியது மற்றும் ஆதரவளித்தல் என்பது இரண்டு வெவ்வேறு கருத்துகளாக இருக்கும்போது, திறமையான பெற்றோருக்குரியது என்பது குழந்தைகளுடன் மரியாதையுடனும் அனுதாபத்துடனும் தொடர்புகொள்வதை உள்ளடக்குகிறது, அதே சமயம் ஆதரவளிப்பது ஒருவரைத்

தாழ்ந்தவராக அல்லது திறமையற்றவராகக் கருதுவதை உள்ளடக்குகிறது. இந்த வேறுபாடுகளைப் பற்றி அறிந்து கொள்வதும், மரியாதைக்குரிய மற்றும் ஆதரவான விதத்தில் மற்றவர்களுடன் தொடர்பு கொள்ள முயற்சிப்பதும் முக்கியம்.

பெற்றோருகள் செய்ய வேண்டியவை மற்றும் செய்யக்கூடாதவை

குழந்தைகளை வளர்க்கும் போது பெற்றோர்கள் செய்ய வேண்டியவை மற்றும் செய்யக்கூடாதவை:

உங்கள் குழந்தைகளுடன் தரமான நேரத்தை செலவிடுங்கள்; இதன் பொருள் அவர்களுடன் ஈடுபடுவது, அவர்கள் சொல்வதைக் கேட்பது மற்றும் அவர்களின் வாழ்க்கையில் இருப்பது.

ஒரு வளர்ப்பு மற்றும் ஆதரவான சூழலை வழங்கவும். குழந்தைகள் பாதுகாப்பான, அன்பான, ஆதரவான சூழலில் வளர்கின்றனர்.

திறந்த தொடர்பை ஊக்குவிக்கவும். உங்கள் குழந்தைகள் தங்கள் எண்ணங்களையும் உணர்வுகளையும் பகிர்ந்து கொள்ள வசதியாக இருக்கும் ஒரு நேர்மறையான மற்றும் திறந்த சூழலை வளர்க்கவும்.

ஒரு நேர்மறையான முன்மாதிரியாக இருங்கள். குழந்தைகள் அடிக்கடி கவனிப்பதன் மூலம் கற்றுக்கொள்கிறார்கள், எனவே

நேர்மறை நடத்தைகள் மற்றும் அணுகுமுறைகளை மாதிரியாக்குவது முக்கியம்.

உங்கள் குழந்தையின் சுதந்திரத்தை ஊக்குவிக்கவும். உங்கள் குழந்தை வளர வளர, அவர்களை மேலும் சுதந்திரமாகவும், தன்னம்பிக்கையுடனும் இருக்க ஊக்குவிப்பது முக்கியம்.

உங்கள் பிள்ளையின் ஆர்வத்தை ஊக்குவிப்பதன் மூலமும், புதிய ஆர்வங்களை ஆராய்வதற்கான வாய்ப்புகளை வழங்குவதன் மூலமும் கற்றலில் அன்பை வளர்க்கவும்.

.உங்கள் குழந்தையின் உணர்ச்சி மற்றும் மன ஆரோக்கியத்தை ஆதரிக்கவும். உங்கள் பிள்ளையின் சாதனைகளைக் கொண்டாடுங்கள். உங்கள் குழந்தையின் சாதனைகள் மற்றும் வெற்றிகளை அங்கீகரித்து கொண்டாட நேரம் ஒதுக்குங்கள்.

'அறிவற்றங் காக்குங் கருவி செறுவார்க்கும்
உள்ளழிக்க லாகா அரண்"
அய்யன் திருவள்ளுவர்

அறிவு, அழிவு வராமல் காக்கும் கருவியாகும் அன்றியும் பகைகொண்டு எதிர்ப்பவர்க்கும் அழிக்க முடியாத உள்ளரணும் ஆகும்.

செய்யக்கூடாதவை:

உடல் ரீதியான தண்டனையைப் பயன்படுத்த வேண்டாம்; உடல் தண்டனை ஒரு குழந்தையின் மன மற்றும் உணர்ச்சி நல்வாழ்வுக்கு தீங்கு விளைவிக்கும்.

அதிகப் பாதுகாப்பு வேண்டாம்; உங்கள் பிள்ளை வயதுக்கு ஏற்ற சவால்களை அனுபவிக்கவும், கணக்கிடப்பட்ட அபாயங்களை எடுக்கவும் அனுமதிப்பது முக்கியம்.

உங்கள் குழந்தையை மற்றவர்களுடன் ஒப்பிடாதீர்கள்; ஒவ்வொரு குழந்தையும் தனித்துவமானது, மற்றவர்களுடன் ஒப்பிடுவது அவர்களின் சுயமரியாதைக்கு தீங்கு விளைவிக்கும்.

எதிர்மறை வலுவூட்டல் பயன்படுத்த வேண்டாம்; எதிர்மறையான நடத்தைகளை தண்டிக்காமல், நேர்மறை நடத்தைகளை வலுப்படுத்துவதில் கவனம் செலுத்துங்கள்.

உங்கள் குழந்தையின் உணர்ச்சிகளைப் புறக்கணிக்காதீர்கள்; உங்கள் குழந்தையின் உணர்ச்சிகளுக்கு இணங்குவது மற்றும் அவர்களுக்கு ஆதரவையும் புரிதலையும் வழங்குவது முக்கியம்.

உங்கள் பிள்ளையை இதை செய், அதை செய் என அழுத்தம் கொடுக்காதீர்கள்; சாதனைகள் மற்றும் விளைவுகளில் மட்டுமே கவனம் செலுத்துவதற்குப் பதிலாக, கற்றல் செயல்பாட்டில் ஈடுபட்டுள்ள செயல்முறை மற்றும் முயற்சிக்கு முன்னுரிமை கொடுங்கள்.

உங்கள் குழந்தையின் உடல் ஆரோக்கியத்தை புறக்கணிக்காதீர்கள்; உங்கள் பிள்ளைக்கு போதுமான தூக்கம், உடற்பயிற்சி மற்றும் ஆரோக்கியமான உணவு கிடைப்பதை உறுதிசெய்யவும்.

உங்கள் குழந்தையின் நலன்களை நிராகரிக்காதீர்கள்; அவர்களின் நலன்கள் உங்களுடன் ஒத்துப்போகாவிட்டாலும்,

அவர்களின் ஆர்வங்களை ஆதரிப்பதும் ஊக்குவிப்பதும் முக்கியம்.

உங்கள் குழந்தையின் தேவைகளை விட உங்கள் சொந்த தேவைகளுக்கு முன்னுரிமை கொடுக்காதீர்கள்; ஒரு பெற்றோராக, உங்கள் குழந்தையின் தேவைகளுக்கு முதலிடம் கொடுப்பதும், அவர்களின் நலனில் கவனம் செலுத்துவதும் முக்கியம்.

5. ஆரோக்கியமும் செல்வமும்

ஆரோக்கியமும் செல்வமும் நம் வாழ்வின் இரண்டு முக்கிய அம்சங்களாகும், அவை பல்வேறு வழிகளில் ஒன்றோடொன்று இணைக்கப்பட்டுள்ளன. செல்வம் நல்ல ஆரோக்கியத்தை பராமரிக்க உதவும். அதே வேளையில், செல்வத்தை உருவாக்குவதற்கும் பராமரிப்பதற்கும் நல்ல ஆரோக்கியம் அவசியம்.

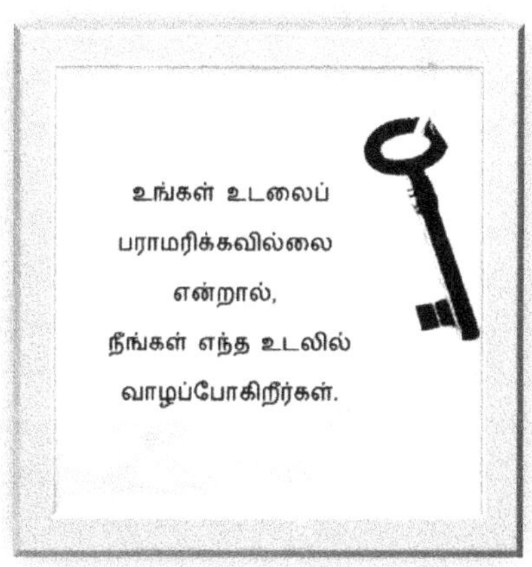

நல்ல ஆரோக்கியம் உற்பத்தித்திறனை அதிகரிப்பதற்கும் வேலையில் சிறந்த செயல்திறனுக்கும் வழிவகுக்கும். இது

அதிக வருமானம் மற்றும் தொழில் முன்னேற்றத்திற்கான அதிக வாய்ப்புகளுக்கு வழிவகுக்கும்.

நீண்ட கால சேமிப்பு: நல்ல ஆரோக்கியத்தில் முதலீடு செய்வது நீண்ட கால சேமிப்பிற்கு வழிவகுக்கும். உதாரணமாக, வழக்கமான உடற்பயிற்சி மற்றும் ஆரோக்கியமான உணவு போன்ற ஆரோக்கியமான நடத்தைகளில் ஈடுபடுவதன் மூலம், தனிநபர்கள் தங்கள் நாட்பட்ட ஆபத்தை குறைக்கலாம். நோய்கள் மற்றும் நீண்ட காலத்திற்கு மருத்துவ கட்டணத்தில் பணத்தை சேமிக்கவும்.

சிறந்த வாழ்க்கைத் தரம்: நல்ல ஆரோக்கியம் ஒரு தனிநபரின் வாழ்க்கைத் தரத்தையும் ஒட்டுமொத்த நல்வாழ்வையும் மேம்படுத்தும், இது அதிக மகிழ்ச்சி மற்றும் திருப்திக்கு வழிவகுக்கும்.

வளங்களுக்கான அணுகல்: உயர்தர சுகாதாரம், ஆரோக்கியமான உணவு விருப்பங்கள் மற்றும் உடல் செயல்பாடுகளுக்கான வாய்ப்புகள் போன்ற நல்ல ஆரோக்கியத்தை மேம்படுத்தும் வளங்களை தனிநபர்களுக்கு செல்வம் வழங்க முடியும்.

ஆரோக்கியம்

உடல்நலம் என்பது உடல், மன மற்றும் சமூக நல்வாழ்வின் நிலை என வரையறுக்கலாம். இது ஒரு சிக்கலான கருத்து மரபியல், வாழ்க்கை முறை தேர்வுகள், சுற்றுச்சூழல் காரணிகள் மற்றும் சுகாதார அணுகல் உள்ளிட்ட பல்வேறு காரணிகளை உள்ளடக்கியது.

நல்ல ஆரோக்கியத்தைப் பேணுவது நிறைவான மற்றும் பயனுள்ள வாழ்க்கையை நடத்துவதற்கு முக்கியமானது. தனிநபர்கள் தங்கள் இலக்குகளைத் தொடரவும், அர்த்தமுள்ள உறவுகளில் ஈடுபடவும், அவர்களின் சமூகங்களில் முழுமையாக பங்கேற்கவும் இது அனுமதிக்கிறது. நல்ல ஆரோக்கியம் உயிர் மற்றும் ஆற்றல் உணர்வையும்

வழங்குகிறது, இது ஒட்டுமொத்த வாழ்க்கைத் தரத்தை மேம்படுத்தும்.

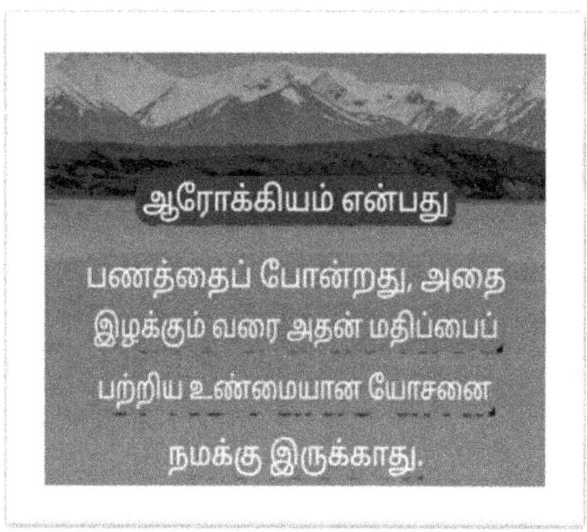

நல்ல ஆரோக்கியத்திற்கு பங்களிக்கும் பல்வேறு காரணிகள் உள்ளன. இவற்றில் சில சமச்சீரான உணவைப் பராமரித்தல், வழக்கமான உடற்பயிற்சி, மன அழுத்தத்தை நிர்வகித்தல், போதுமான தூக்கத்தைப் பெறுதல் மற்றும் புகையிலை மற்றும் போதைப்பொருள் போன்ற தீங்கு விளைவிக்கும் பொருட்களைத் தவிர்ப்பது ஆகியவை அடங்கும். கூடுதலாக, தரத்திற்கான அணுகல்

நோய்கள் மற்றும் காயங்களைத் தடுப்பதற்கும் சிகிச்சையளிப்பதற்கும் சுகாதாரப் பாதுகாப்பு முக்கியமானது. ஆரோக்கியம் ஒரு நிலையான நிலை அல்ல, மாறாக

தொடர்ந்து கவனம் மற்றும் கவனிப்பு தேவைப்படும் ஒரு மாறும் செயல்முறை என்பதை அங்கீகரிப்பது முக்கியம். ஆரோக்கியமான தேர்வுகளை மேற்கொள்வதன் மூலமும், தகுந்த மருத்துவ சிகிச்சையைப் பெறுவதன் மூலமும், தனிநபர்கள் தங்கள் ஆரோக்கியத்தை காலப்போக்கில் பராமரிக்கவும் மேம்படுத்தவும் முடியும்.

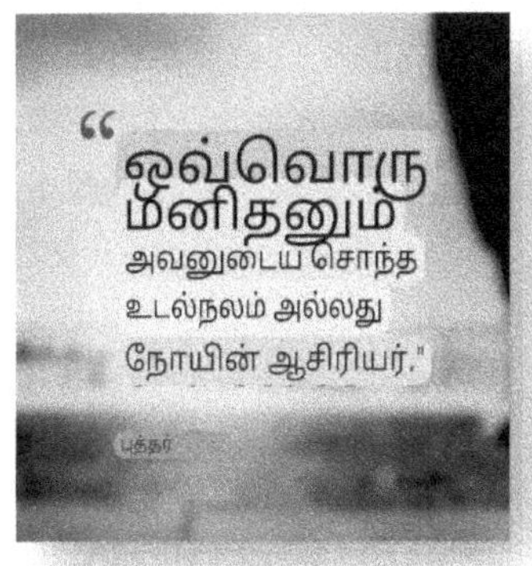

"மருந்தென வேண்டாவாம் யாக்கைக்கு அருந்தியது
அற்றது போற்றி உணின்"
அய்யன் திருவள்ளுவர்

முன் உண்ட உணவு செரித்த தன்மையை ஆராய்ந்து போற்றிப் பிறகு தக்க அளவு உண்டால், உடம்பிற்கு மருந்து என ஒன்று வேண்டியதில்லை.

இறுதியில், மகிழ்ச்சியான மற்றும் நிறைவான வாழ்க்கையை வாழ நல்ல ஆரோக்கியம் அவசியம், மேலும் அதற்கேற்ப முன்னுரிமை அளிக்கப்பட்டு மதிப்பிடப்பட வேண்டும்.

ஆரோக்கியம் என்பது உடல், மன மற்றும் சமூக நல்வாழ்வின் நிலையைக் குறிக்கிறது. இது நோய் அல்லது நோய் இல்லாதது மட்டுமல்ல, ஒட்டுமொத்த நல்வாழ்வுக்கு பங்களிக்கும் நேர்மறையான காரணிகளின் இருப்புமாகும். நல்ல ஆரோக்கியத்திற்கு பங்களிக்கும் சில முக்கியமான காரணிகள்:

ஆரோக்கியமான உணவு: ஊட்டச்சத்துக்கள் நிறைந்த சரிவிகித உணவை உட்கொள்வதன் மூலம் உடல் ஆரோக்கியத்தைப் பேணவும், மனநலம் பேணவும் உதவும்.

வழக்கமான உடற்பயிற்சி: வழக்கமான உடல் செயல்பாடுகளில் ஈடுபடுவது உடல் ஆரோக்கியத்தைப் பராமரிக்கவும், நாள்பட்ட நோய்களின் அபாயத்தைக் குறைக்கவும், மன ஆரோக்கியத்தை மேம்படுத்தவும் உதவும்போதுமான தூக்கம்: உடல் மற்றும் மன ஆரோக்கியத்திற்கு போதுமான தூக்கம் மிகவும் முக்கியமானது, ஏனெனில் இது உடல் தன்னைத்தானே சரிசெய்து புத்துயிர் பெற அனுமதிக்கிறது. மன அழுத்தத்தை நிர்வகித்தல்: அதிக அளவு மன அழுத்தம் உடல் மற்றும் மன ஆரோக்கியத்தை எதிர்மறையாக பாதிக்கும். என்பது முக்கியம். மன அழுத்தத்தை

நிர்வகிக்க தியானம், உடற்பயிற்சி அல்லது ஆலோசனை போன்ற சமாளிக்கும் உத்திகளை உருவாக்குங்கள்.

நேர்மறையான உறவுகள்: குடும்பம், நண்பர்கள் மற்றும் சமூக உறுப்பினர்களுடன் நேர்மறையான உறவுகளை வளர்ப்பது ஒட்டுமொத்த நல்வாழ்வுக்கு பங்களிக்கும் இணைப்பு மற்றும் ஆதரவின் உணர்வை வழங்க முடியும்.

தடுப்பு பராமரிப்பு: வழக்கமான சோதனைகள், திரையிடல்கள் மற்றும் பிற தடுப்பு பராமரிப்பு நடவடிக்கைகள் சாத்தியமான உடல்நலப் பிரச்சினைகளை ஆரம்பத்திலேயே கண்டறிந்து, தீவிரமான உடல்நலப் பிரச்சனைகளின் வளர்ச்சியைத் தடுக்க உதவும்.

இந்தக் காரணிகளுக்கு முன்னுரிமை அளிப்பதன் மூலமும், ஆரோக்கியத்திற்கான முழுமையான அணுகுமுறையை மேற்கொள்வதன் மூலமும், தனிநபர்கள் உகந்த உடல், மன மற்றும் சமூக நல்வாழ்வை அடைவதற்கு உழைக்க முடியும்.

மன ஆரோக்கியம் என்பது ஒட்டுமொத்த ஆரோக்கியம் மற்றும் நல்வாழ்வின் இன்றியமையாத அம்சமாகும். இது ஒரு நபரின் உணர்ச்சி, உளவியல் மற்றும் சமூக நல்வாழ்வைக் குறிக்கிறது மற்றும் அவர்கள் நினைக்கும், உணரும் மற்றும் நடந்து கொள்ளும் விதத்தை பாதிக்கலாம்.

நல்ல மன ஆரோக்கியத்தை பராமரிப்பது முக்கியம், ஏனெனில் இது தனிப்பட்ட உறவுகள், வேலை உற்பத்தித்திறன் மற்றும்

உடல் ஆரோக்கியம் உட்பட வாழ்க்கையின் பல பகுதிகளை பாதிக்கலாம். நல்ல மன ஆரோக்கியம் மன அழுத்தத்தைத் தாங்கும் திறனை மேம்படுத்தி, வாழ்க்கையின் சவால்களைச் சமாளிக்கும் திறனை ஆதரிக்கும்.

மன ஆரோக்கியத்தை கவனித்துக்கொள்வது ஆரோக்கியமான சமாளிக்கும் வழிமுறைகளை உருவாக்குதல், வழக்கமான உடற்பயிற்சியில் ஈடுபடுதல், போதுமான தூக்கம் பெறுதல் மற்றும் தேவைப்படும்போது ஆதரவைத் தேடுதல் போன்ற

நடைமுறைகளை உள்ளடக்கியது. மனநலக் கவலைகளை நிவர்த்தி செய்ய, சிகிச்சை அல்லது ஆலோசனை போன்ற தொழில்முறை மனநலச் சேவைகளை அணுகுவதும் இதில் அடங்கும். ஒட்டுமொத்தமாக, மன ஆரோக்கியத்தின் முக்கியத்துவத்தை உணர்ந்து, அதற்கு முன்னுரிமை அளித்து நடவடிக்கை எடுப்பது, சிறந்த நல்வாழ்வு மற்றும் வாழ்க்கைத் தரத்திற்கு வழிவகுக்கும்.

சமூக ஆரோக்கியம்

ஆரோக்கியம் என்பது ஒரு தனிப்பட்ட பிரச்சினை அல்லது கவலை அல்ல, ஆனால் இது உல்கத்தில் உள்ள அனைவருக்கும் ஒரு பிரச்சினை அல்லது கவலை. ஒருவரின் ஆரோக்கியத்தை கவனித்துக்கொள்வது எந்தவொரு தனிநபரின் கட்டாய மற்றும் முதன்மையான கடமையாகும்;

இல்லையெனில், அவர்களின் இருப்பு முழு உலகத்தையும் சுமக்கிறது. எனவே, உங்கள் ஆரோக்கியத்தைப் பராமரிப்பது உங்களுக்காக மட்டுமல்ல, உங்கள் முழு குடும்பம், உங்கள் சமூகம், உங்கள் பகுதி, நகரம், நகரம், நாடு மற்றும் உலகத்தின் முன்னேற்றத்திற்காகும். உங்கள் உடலை நீங்கள் கவனித்துக் கொள்ளாவிட்டால், யார் கவுனிப்பது?

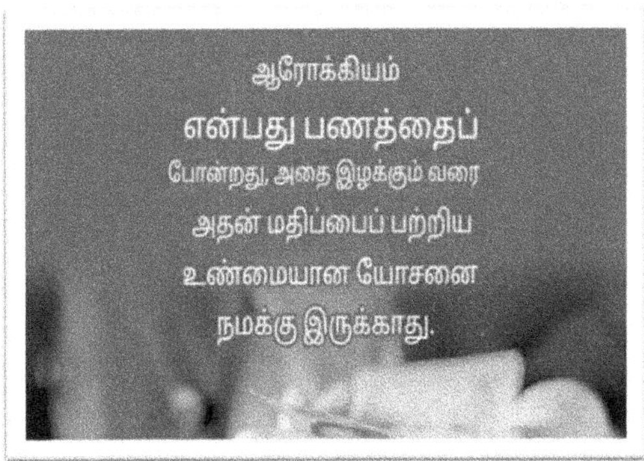

புகைபிடித்தல், மது அருந்துதல், போதைப்பொருள் பாவனை மற்றும் ஒழுக்கக்கேடான நடவடிக்கைகள் போன்ற "அழைக்கப்பட்ட நோய்" தண்டனைக்குரிய குற்றமாக நாம் கருத வேண்டும். மேலும், உடல் பருமன் சில வகை மக்களுக்கு "அழைக்கப்பட்ட நோய்" என்று கருதலாம். அழைக்கப்பட்ட நோய்வாய்ப்பட்டவர்கள் குடும்பம், நிறுவனம், மருத்துவமனை

வளங்கள், காப்பீட்டு நிறுவனங்கள் மற்றும் சம்பந்தப்பட்ட அரசாங்கங்களின் கருவூலங்களைச் சுமை ஆக்குகிறார்கள். எனவே, உங்கள் ஆரோக்கியத்தைப் பேணுவது உங்கள் நாட்டைக் கவனிப்பது..

கல்வியாளர்கள் தங்கள் கல்வி தர மதிப்பீட்டின் ஒருங்கிணைந்த பகுதியாக ஆரோக்கியத்திற்கு குறைந்தபட்சம் 25% எடையைக் கொடுக்க வேண்டும். "அழைக்கப்பட்ட நோய்" நபர்கள் தங்கள் அடிப்படை சுகாதார அளவுருக்களை அடையும் வரை அனைத்து வகையான ஊக்கத்தொகைகள், தள்ளுபடிகள் அல்லது அரசாங்கம் அல்லது நிறுவனங்களிடமிருந்து சலுகைகள் நிறுத்தப்பட வேண்டும். இருப்பினும், தற்போதைய

நடைமுறை சிகிச்சை, மருந்து, காப்பீடு, விடுப்பு போன்ற பல வழிகளில் தங்கள் உடல்நலத்தை கவனித்துக் கொள்ளாதவர்களுக்கு வெகுமதி அளிக்கிறது. பாராளுமன்ற உறுப்பினர்கள், சட்டமன்ற உறுப்பினர்கள், மாநகராட்சிகள், நகராட்சிகள் போன்ற அனைத்து பொது ஊழியர்களுக்கும் மற்றும் கிராம உள்ளாட்சி அமைப்புகள், பொது சேவையில் இருக்க பரிந்துரைக்கப்பட்ட மருத்துவ தகுதி தேவைகளை பூர்த்தி செய்ய வேண்டும்.

நம் வாழ்வில் அற்பமான பொருள்களை மதிப்பிட்டு அதிக முன்னுரிமை கொடுத்து கவனம் செலுத்தி வந்தோம், ஆனால் ஆயிரக்கணக்கான பாகங்கள் கொண்ட நமது சொந்த ஆன்மா மற்றும் உடலின் ஆரோக்கியத்தை ஒரு மணி நேரம் பராமரிப்பதற்கு முக்கியத்துவம் கொடுக்கத் தவறிவிட்டோம். உதிரி பாகங்களைப் பயன்படுத்தாமல் உங்களை உயிருடன் வைத்திருக்க 24*7 அடிப்படையில் உங்கள் உடல் உழைத்துக்கிறது.

"தொழில் அல்லது கல்வி இலக்குகளை மட்டும் வைத்துக் கொள்ளாதீர்கள். சமநிலையான, வெற்றிகரமான வாழ்க்கையை உங்களுக்கு வழங்க இலக்குகளை அமைக்கவும். சமநிலை என்பது உங்கள் ஆரோக்கியம், உறவு மற்றும் மன அமைதி ஆகியவை நல்ல நிலையில் இருப்பதை உறுதி செய்வதாகும்.

ஆரோக்கியம் எப்போதும் மருந்திலிருந்து வருவதில்லை. நமது உணவே மருந்தாக இருக்க வேண்டும். பெரும்பாலும், இது மன

அமைதி, இதயத்தின் அமைதி மற்றும் ஆன்மாவின் அமைதி ஆகியவற்றிலிருந்து வருகிறது. இது சிரிப்பு மற்றும் அன்பிலிருந்து வருகிறது. ஆறு சிறந்த மருத்துவர்கள்:சூரிய ஒளி, தண்ணீர், ஓய்வு, காற்று, உடற்பயிற்சி மற்றும் உணவு. ஆரோக்கியம் என்பது குறுகிய கால உணவு அல்ல. இது ஒரு நீண்ட கால வாழ்க்கை முறை மாற்றம்.

செல்வம்

நாம் பாரம்பரியமாகப் பயிற்றுவிக்கப்பட்டு, பணத்தைச் சேமிக்கக் கற்றுக் கொடுத்தோம், ஆனால் நாம் சேமித்த பணத்தை எவ்வாறு புத்திசாலித்தனமாகப் பயன்படுத்துவது என்பதைக் கற்றுக் கொள்ளத் தவறிவிட்டோம். பணத்தைச் சம்பாதிப்பது மற்றும் சேமிப்பது என்ற தொடர்ச்சியான சுழற்சியானது, ஆரோக்கியம் மோசமடைந்து வரும் நிலையை அடையும் வரை தடுக்க முடியாததாகிவிடும், அந்த நேரத்தில் நமது சம்பாத்தியத்தை நமது ஆரோக்கியத்தை மீட்டெடுப்பதற்காக செலவிடுகிறோம். பணம் நம் வாழ்க்கையை மிகவும் வசதியாகவும் சுவாரஸ்யமாகவும் மாற்ற வேண்டும், ஆனால் அதன் மீதான நமது ஆவேசம் நம் வாழ்க்கையை தேவையற்றதாகவும் துன்பகரமானதாகவும் மாற்றும். நாம் 70 வயதை அடைந்தாலும், நம் எதிர்காலத்தைப் பற்றி கவலைப்படுகிறோம், நிகழ்காலத்தில் அல்லது எதிர்காலத்தில் வசதியாக வாழத் தவறுகிறோம். "வெற்றிலை"

கதை போல, ஒரு நபர் எப்போதும் புதிய இலைக்கு பதிலாக பழைய இலையை பயன்படுத்துகிறார், புதியது அடுத்த நாள் வீணாகிவிடும் என்று நினைக்கிறார். ஆனால் புதிய இலையை தன்னால் அனுபவிக்கவே முடியவில்லை என்பதை அவன் உணரத் தவறுகிறார்கள்.

எதிர்காலம் என்ற பெயரில் நம் குழந்தைகளுக்கு கால்நடைத் தீவனம் போல பணத்தைச் சேமித்து வைக்கும்போது, மனிதனாக இருப்பதன் தனித்துவத்தை நம் குழந்தைகள்

அறியமல் வாழ்க்கை மகத்துவத்தை இழக்குகிறார்கள். நமது உடன்பிறந்தவர்களின் எதிர்கால நோக்கங்களுக்காக உணவளிக்க போதுமான பணத்தை சேமித்து வைத்தால், நாம் மனிதர்களை வளர்க்கவில்லை, மாறாக விலங்குகளுடன்

ஒப்பிடுவதைத் தவிர வேறில்லை. வாழ்வதற்கான சிறந்த வழி ஜப்பானிய "உக்கியோ-இ" வாழ்க்கை முறை, வாழும் இந்த நொடியில். உன் வாழ்க்கை. 'செல்வம் என்பது உன்னிடம் இருப்பதைப் பற்றியது அல்ல; நீங்கள் யார் என்பதைப் பற்றியது' - பாப் பான்டூன்."

செல்வம் என்பது பணம், சொத்துக்கள் மற்றும் பொருள் உடைமைகள் உட்பட மதிப்புமிக்க வளங்களின் மிகுதியாக வரையறுக்கப்படுகிறது. செல்வம் அறிவு, உறவுகள் மற்றும் ஆரோக்கியம் போன்ற ஏராளமான பிற வடிவங்களையும் குறிக்கிறது.

செல்வத்தைப் பின்தொடர்வது பல தனிநபர்களின் பொதுவான இலக்காகும், ஏனெனில் அது நிதி பாதுகாப்பு, சமூக அந்தஸ்து மற்றும் சாதனை உணர்வை வழங்க முடியும். இருப்பினும், நிதிகளை நிர்வகித்தல், வேலை மற்றும் தனிப்பட்ட வாழ்க்கையை சமநிலைப்படுத்துதல் மற்றும் சமூக எதிர்பார்ப்புகளை வழிநடத்துதல் போன்ற அதன் சொந்த சவால்களுடன் செல்வத்தின் குவிப்பு வரலாம்.

செல்வம் என்பது மகிழ்ச்சி அல்லது நிறைவின் உத்தரவாதம் அல்ல என்பதை கவனத்தில் கொள்ள வேண்டும். நிதி ஸ்திரத்தன்மை ஒருவரின் வாழ்க்கைத் தரத்தை நிச்சயமாக மேம்படுத்தும் அதே வேளையில், செல்வத்திற்கும் மகிழ்ச்சிக்கும் இடையே உள்ள தொடர்புக்கு வரம்பு இருப்பதாக ஆய்வுகள் காட்டுகின்றன. உண்மையில், அதிகப்படியான செல்வம் தனிமைப்படுத்தல், அவநம்பிக்கை மற்றும் நோக்கமின்மை போன்ற அதன் சொந்த பிரச்சனைகளுக்கு வழிவகுக்கும்.

மேலும், செல்வத்தின் கருத்து அகநிலை மற்றும் ஒரு தனிநபரின் முன்னோக்கு மற்றும் மதிப்புகளைப் பொறுத்து மாறுபடும். சிலருக்கு, செல்வம் என்பது அதிக அளவு பணம் அல்லது பொருள் உடைமைகளைக் கொண்டிருப்பதைக் குறிக்கலாம், மற்றவர்களுக்கு இது ஒரு நிறைவான தொழில், வலுவான சமூக அல்லது ஒருவரின் ஆர்வங்களை தொடரும் திறனைக் குறிக்கிறது.

இறுதியில், செல்வம் என்பது ஒரு சிக்கலான மற்றும் பன்முகக் கருத்தாகும், அதை நிதி ஆதாரங்களுக்கு மட்டும் என குறைத்து மதிப்பிட முடியாது. இது ஒரு தனிநபரின் ஒட்டுமொத்த நல்வாழ்வு மற்றும் வாழ்க்கைத் தரத்திற்கு பங்களிக்கும் பல சொத்துக்கள் மற்றும் வளங்களை உள்ளடக்கியது அகும்.